பெரியார் எனும் இயக்கம்

தா.பாண்டியன்

நியூ செஞ்சுரி புக் ஹவுஸ் (பி) லிட்.,
41-B, சிட்கோ இண்டஸ்டிரியல் எஸ்டேட்,
அம்பத்தூர், சென்னை- 600 050.
☎: 044 - 26251968, 26258410, 48601884

Language: Tamil
Periyar Enum Iyakkam
Author : **D. Pandian**
First Edition: March, 2018
Fifth Edition: July, 2023
Sixth Edition: December, 2024
Copyright: Author
No. of pages: 92
Publisher:
New Century Book House Pvt. Ltd.,
41-B, SIDCO Industrial Estate,
Ambattur, Chennai - 600 050.
Tamilnadu State, India.
email : info@ncbh.in
Online:www.ncbhpublisher.in

ISBN: 978 - 81 - 2343 - 726 - 2
Code No. A 3861
₹ 85.00

Branches

Ambattur 044 - 26359906 **Spenzer Plaza (Chennai)** 044-28490027 **Trichy** 0431-2700885 **Pudukkottai** 04322- 227773 **Thanjavur** 04362-231371 **Tirunelveli** 0462-4210990, 2323990 **Madurai** 0452 2344106, 4374106 **Dindigul** 0451-2432172 **Coimbatore** 0422-2380554 **Erode** 0424-2256667 **Salem** 0427-2450817 **Hosur** 04344-245726 **Krishnagiri** 04343-234387 **Ooty** 0423 - 2441743 **Vellore** 0416-2234495 **Villupuram** 04146-227800 **Pondicherry** 0413-2280101 **Nagercoil** 04652 - 234990

பெரியார் எனும் இயக்கம்
ஆசிரியர்: **தா.பாண்டியன்**
முதல் பதிப்பு: மார்ச், 2018
ஐந்தாம் பதிப்பு: ஜூலை, 2023
ஆறாம் பதிப்பு: டிசம்பர், 2024

அச்சிட்டோர்: **பாவை பிரிண்டர்ஸ் (பி) லிட்.,**
16 (142), ஜானி ஜான் கான் சாலை, இராயப்பேட்டை, சென்னை - 14
☎: 044-28482441

All rights reserved. No part of this book may be reprinted or reproduced or utilised in any form or by any electronic, mechanical, or other means, now known or hereafter invented, including photocopying and recording, or in any information storage or retrieval system, without permission in writing from the publishers.

3

பொருளடக்கம்

அணிந்துரை 5

என்னுரை 11

1. விடுதலைக்கு வித்திட்ட வித்தகர் 13

2. தாய் சூட்டிய பெயர்! 34

3. "அணிசெய் காவியம் ஆயிரம் கற்கினும்
ஆழ்ந்திருக்கும் கவியுள்ளம் காண்கிலார்" 38

4. பெரியாரின் பேச்சும் எழுத்தும் 44

5. காலம் படைத்த களப் போராளி 51

6. பெரியாரையும் விமர்சிக்கும்! 72

7. புதிய பாதை படைத்தவர் தந்தை பெரியார் 77

8. பாதகம் செய்பவரைக் கண்டால்! 84

அணிந்துரை

இந்தியப் பொதுவுடைமைக் கட்சியின் தலவைர்களுள் ஒருவரும், தமிழகத்தின் சீரிய-கூரிய பேச்சாளர்களுள் தலையாயவருமான தோழர் தா.பாண்டியன் அவர்களை நான் ஐம்பதாண்டு காலமாக அறிவேன். அவரோடு பழகிப் பயின்று வளர்ந்தவன், அவர் ஆசிரியர்; நானோ மாணாக்கன்; ஆசிரியர் எழுதிய நூலுக்கு மாணாக்கன் அணிந்துரை அளிக்கலாமா? எனச் சிலர் வினவுவர்; காரணம், வாழ்த்த வயது வேண்டுமென்பதும் அணிந்துரை, மதிப்புரை அளிக்க வயது வேண்டு மென்பதும் இக்காலத்திய வழக்கு. இவ்வழக்கு நம் மரபுக்கு மாறானது என்பதைச் சிலரே அறிவர். தமிழ் இலக்கண நூலான நன்னூல் நம்மிடமிருந்த அறிவு மரபைச் சுட்டிக்காட்டுகிறது; ஒருவர் எழுதிய நூலுக்கு யார் யார் கருத்துரை அளிக்கலாம் என்பதை

"தன் ஆசிரியன், தன்னொடு கற்றோன்
தன் மா ணாக்கன் தகும்உ ரை காரனென்று
இன்னோர் பாயிரம் இயம்புதல் கடனே"

எனும் நூற்பாவில் விளக்கிச் செல்கிறது. இதுதான் நம் சொந்த மரபு. இம்மரபுப்படியே தோழர் தா.பா. எனக்கு அளித்திருப்பதாகக் கருதுகிறேன். அவர் இப்போது எழுதி வெளியிட்டிருக்கும் நூலே பெரியார் எனும் இயக்கம் எனும் நூலாகும். இந்நூலுக்கு முன்னரே தந்தை பெரியாரின் நூற்றாண்டு விழாவை முன்னிட்டு கோவையில் அவர் ஆற்றிய அரிய உரையைத் திராவிடர் கழகம் 'சமூக விஞ்ஞானி' எனும் பெயரில் நூலாக வெளியிட்டுள்ளது. பெரியார் எனும் இயக்கம் எனும் இப்போதைய நூல், முன்னைய நூலைக் காட்டிலும் சற்று வேறுபட்டது; சிந்தனையைக் கிளறுவது.

நூலின் தலைப்பே சிந்தனைமிக்கது. பெரியார், ஒரு தலைவரோ, சிந்தனையாளரோ, பேச்சாளரோ, எழுத்தாளரோ தொண்டரோ மட்டும் அல்லர். அவர் இவை அனைத்தையும், ஏனைய ஆளுமை யையும் உள்ளடக்கிய ஓர் இயக்கம், பெரியார் என்ற மாமனிதர் மறைந்துவிட்டார். ஆனால், அவரின் கொள்கைகள், கோட்பாடுகள் மனிதநெஞ்சங்களில் புகுந்து அவர்களை இயக்கிக்கொண்டிருக் கின்றன. இன்றும் இயக்கும், நாளையும் இயக்கும்; எப்போதும்

இயக்கும். அவ்வாறு இயக்குவதுதான் இயக்கம்; இப்போது கூறுங்கள்; நூலாசிரியர் மிகச் சரியாகத் தானே பெயர் வைத்துள்ளார். ஆம், தோழர் தா.பா. போன்றவர்களால்தான் இப்படிப் பெயர் சூட்டமுடியும். நூலாசிரியர், ஓரிடத்தில் எழுதியிருப்பது நம் கருத்துக்கு மேலும் அரண் சேர்க்கிறது.

"நம் மத்தியில், நம் கண்முன்னால் பெரியார் எனும் அறிவுப் பேராறு ஊற்றெடுத்துப் பாய்ந்து, மனிதர்களை மனிதர்களாக்க ஓடிக் கொண்டே இருந்ததை மனித வடிவில் கண்டோம்" பக்-58 என்கிறார். இது உண்மையில் உண்மை. "ஓடிக்கொண்டே இருந்தது என்று நூலாசிரியர் குறிப்பிடுவது, நாளையும் ஓடிக்கொண்டே இருக்கும் என்பதுதான். அப்படி ஓடிக் கொண்டிருந்ததைப் பொதுவுடைமை இயக்கத்தினரே உணராமல் போன அவலத்தைச் சுட்டுவது, வரலாற்றின் இருண்ட காலத்தைக் காட்டி நம்மை விழிக்க வைக்கிறது. பிரபஞ்ச தத்துவத்தை அறிந்தவர்கள், நம் பெரியார் தத்துவத்தை அறியாதது தான் சோகமானது. அது மேலும் தொடரக்கூடாது என்பதுதான் இந்நூலின் உட்கிடக்கை."

இங்கு மற்றொன்றையும் நாம் சிந்தித்துப் பார்க்க வேண்டும். சோவியத் புரட்சி முடிந்து, ஆட்சியமைத்த சில ஆண்டுகளில் தோழர் லெனின், தம் நாட்டிலுள்ள மூடநம்பிக்கையும், கடவுள், சொர்க்கம் பற்றிய நம்பிக்கையும் ஒழிய பொருள்முதல்வாதிகள் எழுதிய நூல்களை மட்டுமல்லாமல் பிரான்சு நாட்டின் கருத்துமுதல் வாதிகள் எழுதிய அரிய நூல்களையும் மொழியாக்கம் செய்து அறிவுப்புரட்சி செய்ய வேண்டும் என்றார். தந்தை பெரியாரைக் கருத்துமுதல்வாதியென கூற முடியாது. அவர் பொருள்முதல் வாதத்திற்கு அணுக்கமானவர். அவர் முப்பதுகளிலேயே பிரகிருதிவாதம் அல்லது மெட்டிரியலிசம் எனும் நூலையே எழுதியுள்ளார். தோழர் லெனினுக்கு இருந்த பரந்த மனப்பான்மை இங்குள்ள மார்க்சியர் களுக்கு ஏன் இருக்கவில்லை? இந்தக் குறையைப் பலர், "மார்க்சியர்களே இப்படித்தான்" என்றனர். அது மார்க்சியத்தின் தவறு அன்று. மார்க்சியத்தைப் பார்த்த தமிழகத்தின் பொதுவுடைமையினரின் குறையே ஆகும். இந்தக் குறை நீங்க தெளிவூட்டுவதே இந்நூல்.

தந்தை பெரியாரை, கடவுள் மறுப்பாளர், பார்ப்பன எதிர்ப்பாளர் எனும் குறுகிய சிமிழுக்குள் அடைப்பது மிகத் தவறு என்கிறார் நூலாசிரியர். மூடநம்பிக்கை ஒழிப்பு, சாதி-மத ஒழிப்பு, சுயமரியாதை, சுயசிந்தனை, சமூகநீதி, பகுத்தறிவு, பெண்ணுரிமை போன்ற மனிதச் சமுதாயத்தின் அனைத்து நிலையிலும் சிந்தனை செலுத்திச் செயலாற்றியவர் பெரியார் என்கிறார். மனிதச் சமுதாயத்தில் சரி

பாதியினரான பெண்கள் அடைந்துவரும் துன்பங்களுக்கு முடிவு கட்ட செயலாற்றிய தந்தை பெரியாரின் கொள்கை, பார்ப்பன பெண் களுக்கும் பாதுகாப்பு அளிப்பதால், அப்பெண்கள் பெரியாருக்கு மரியாதை செலுத்த வேண்டும் என்பதைப் பூடகமாக உணர்த்துகிறார் நூலாசிரியர்.

இந்நூலில் பெண் விடுதலையைக் குறித்துப் பெரியார் சிந்தித்த தையும் செயலாற்றியதையும் நூலாசிரியர் விரிவாக விளக்கிச் செல்கிறார். அச்சிந்தனை பெரியார் காலந்தொட்டு இன்றளவும் வளர்ந்து பெருகிக் கொண்டிருப்பதைத் தக்க தரவுகளுடன் விளக்கி யிருப்பது பெரிதும் பாராட்டத்தக்கது. பெரியார் காலத்தில் நடத்திய பெண்ணுரிமை மாநாடுகள், பால்ய விவாக எதிர்ப்பு, விதவை மறுமண ஆதரவு, பெண்கல்வி, தேவதாசி ஒழிப்புச் சட்டம், பெண் சொத்துரிமை போன்றவை பிற்காலத்தின் பேரறிஞர் அண்ணா, கலைஞர், எம்.ஜி.ஆர், ஜெயலலிதா ஆட்சியில் எவ்வாறெல்லாம் தாக்குரவு பெற்றது என்பதை யெல்லாம் விளக்கிச் செல்கிறார். அதே வேளையில், பெரியாரின் கொள்கைகளில் சில, தி.மு.க, அ.இ.அ.தி.மு.க. ஆட்சிகளில் தடம் புரண்டதையும் சுட்டிக்காட்டுகிறார். குறிப்பாக, மண்சோறு உண்டது, அடிதண்டம் போட்டது, பூஜை, யாகம் எழுப்பியது, பச்சைகுத்தியது, இலைகளை ஆடைகளாக உடுத்தியது, நாக்கில் அலகு குத்தியது போன்றவற்றை எடுத்துக்காட்டி வருந்துகிறார். இவற்றோடு கலைஞர் ஆட்சியில் தலித்துகளுக்கு நிலவுரிமை பட்டா வழங்கியது, ஜெயலலிதா ஆட்சியில் பிற்படுத்தப்பட்டோருக்கு 69% இடஒதுக்கீடு வழங்கியது போன்றவற்றைப் பாராட்டவும் தவறவில்லை.

தமிழகத்தின் அனைத்துச் சமூகத்தவரின் நலன்களுக்காகவும், வளர்ச்சிக்காகவும் தொண்டாற்றியவர் பெரியார் என்பதை நூலாசிரியர் மிகச் சிறப்பாக விளக்கிச் செல்கிறார். அவை இன்றைய விவாதங் களுக்குத் தீர்வு காண்பதாக உள்ளன. குறிப்பாக, தலித் இயக்கங்களைச் சேர்ந்த பலர், பெரியார் பிற்படுத்தப்பட்டோர் நலனுக்காக உழைத்தாரே அன்றி தலித்துகளுக்கு அவர் உழைக்கவில்லை என்று எழுதியும் பேசியும் வருவதை நூலாசிரியர் நுட்பமாக மறுத்துள்ளார். பெரியார் தலித்துகள் உள்ளிட்ட அனைத்துப் பிற்பட்ட சாதியினரையும், பார்ப்பனரின் வஞ்சக ஆதிக்கத்திலிருந்து விடுபட உழைத்தாரேயன்றிப் பிற்படுத்தப்பட்டோர்க்கு மட்டும் உழைத்தார் அல்லர் என்பதை நன்கு விளக்கிக் காட்டி முடிவில் கீழ்க்கண்டவாறு அறிவுறுத்துகிறார்.

“இந்தத் தவறான பார்வைக்கு அவர்களது அனுபவக்குறைவே காரணம்”

முதலில் கண்ணாடி முன்நின்று உங்கள் முகத்தைப் பார்த்துக் கொள்ளுங்கள். பெரியார் போன்று எந்த எதிர்பார்ப்பும் இல்லாமல், இருந்த பதவிகளையும் தூக்கியெறிந்து விட்டு, தானாகத் தேடிவந்த பதவிகளையும் துறந்துவிட்டு புரட்சிகரத் துறவியாய் நமக்கென வாழ்ந்த நல்லறிஞரைப் புகழாவிட்டாலும் இல்லாத பழியைச் சுமத்தாதீர்கள் என வேண்டுகிறேன்." பக் -67

இதனைப் படித்தாவது அந்த அமைப்பினர் திருந்தட்டும் இல்லையெனில் அவர்களை வரலாறு மன்னிக்காது. முதலில் அவர்கள் பெரியாரை முழுமையாகப் படிக்கவேண்டும். அப்போது தான் உண்மை புரியும். பெரியார்மீது சுமத்துகிற இந்தப் பழியைப் போன்றே அவ்அமைப்புகள் பொதுவுடைமை இயக்கத்தின்மீதும் பழி சுமத்து கின்றனர். அதாவது, தலித்துகளை ஆடுமாடுகளாகப் பலியிட்டுப் பொதுவுடைமைக் கட்சியினர் புகழ்தேடிக் கொள்கின்றனர் எனக் கூறுகின்றனர். இதனையும் நூலாசிரியர் மறுத்துள்ளார். அதனை நூலில் காணவேண்டுகிறேன்.

தந்தை பெரியாரின் உயர்ந்த சிந்தனையைப் போன்றே அவருடைய தொண்டு, அர்ப்பணிப்பு, தியாகம், நேர்மை, உண்மை, அஞ்சாமை போன்றவை மலை போல உயர்ந்தவை. அவரின் பெரும் பெருமை அற்பர்களுக்குத் தெரியாது. சிந்திப்பவர்களுக்குத்தான் தெரியும். தந்தை பெரியார், மழலையர் பள்ளி, அனாதைகள் விடுதி, உயர்நிலைப் பள்ளி, கல்லூரி, தொழில்நுட்பக் கல்லூரி, நூலகம் போன்றவற்றை பொதுமக்கள் நலனுக்காக அமைத்திருப்பதை நூலாசிரியர் ஈரநெஞ்சோடு விளக்குவது நம் நெஞ்சை நனைக்கிறது. அவரது மறைவுக்குப் பின்னர் ஆசிரியர் கி.வீரமணி நூற்றுக்கு மேற்பட்ட அமைப்புகளை உருவாக்கி யுள்ளார். இவற்றையும் நூலாசிரியர் குறிப்பிட்டுச் செல்கிறார்.

பெரியாரின் மறைவுக்குப் பின்னரும் நூற்றுக்கணக்கான அமைப்புகள் பெருகியுள்ளனவென்றால், அந்தப் பேராறு (அந்த இயக்கம்) இன்னும் ஓடிக்கொண்டே இருக்கிறது என்பதுதானே உண்மை. தந்தை பெரியார் வாழ்ந்த காலத்திலேயே பற்பல கல்விக் கூடங்களை அமைத்ததை எண்ணி வியக்கும் நூலாசிரியர் அக்கட்டுரையில், பெரியாரின், மாந்த நேயத்தை, ஈர நெஞ்சத்தை, சேக்ஸ்பியரின் Milk Of Human Kindness (மனித கனிவின் சாரம்) எனும் மணிமொழியோடு ஒப்பிடுகிறார். கார்ல் மார்க்சும் "Communism as completed Humanism" (முழு மாந்தநேயமே பொதுவுடைமையாகும்) என்றார். அதனைத்தான் பெரியாரிடமும் காண்கிறோம். புரட்சிக் கவிஞர் பாரதிதாசனும் "தொண்டு செய்த பழுத்த பழம்" என்றார். "வாழ்வு அளித்தாய் எளியோர்க்கு; வலி அளித்தாய் நலிந்தோர்க்கு" என்றார் கவிஞர் குலோத்துங்கன்.

நூலாசிரியர், இந்நூலில் பலவற்றை நன்கு விளக்கியிருந்தாலும், பெரியாரின் பெண்ணியத்தையும், நாத்திக இயக்கத்தையும் மிக அழுத்தமாகப் பதிவு செய்துள்ளார். பெண்ணியத்தை முன்னரே பார்த்தோம். இங்குக் குறிப்பிட வேண்டிய ஒன்று உள்ளது. தமிழகத்தில், ஏன் இந்தியாவிலேயே பெண்களை முதன்முதலாக இயக்கத்தில் இயங்க வைத்ததோடு, அவர்களைப் பேசவும் எழுதவும் செயலாற்றவும் வைத்த பெருமை அவரையே சாரும். தம் குடும்பப் பெண்களையும் ஈடுபட வைத்தது மற்றொரு சிறப்பு; மற்றும் பெண்ணுரிமை குறித்து இந்தியாவிலேயே ஆழ்ந்து அகன்று சிந்தித்தவர் அவரே. அதில் ஒப்பாரும் மிக்காரும் இன்றி விளங்குபவரும் அவரே. நூலாசிரியர், டெமாக்ரிட்டிஸ், எபிக்கூரஸ், வால்டேர், ஃப்யர்பாக், ரஸ்ஸல், ஜாக்லண்டன் போன்ற சிறந்த நாத்திகர்களைக் குறிப்பிட்டுவிட்டு, அவர்கள் கூட அவர்களின் மறைவுக்குப் பின்னர் இயங்கக்கூடிய அமைப்புகளைத் தோற்றுவிக்க முடியாமல் போயினர் என்கிறார். உலகில் தந்தை பெரியார் ஒருவரே, அவரது மறைவுக்குப் பின்னரும் இயங்கும் இயக்கத்தை உருவாக்கிச் சென்றுள்ளார் என்கிறார். உண்மைதான். இப்படி தம் வாழ்நாளில் தனி முத்திரை பதித்தவராக அவர் உள்ளார். இவை போன்றவற்றை எல்லாம் இந்நூலில் நூலாசிரியர் அள்ளித் தருகிறார். எத்தனை செய்திகள்! எத்தனை விளக்கங்கள்! எத்தனை கருத்துகள்! எத்தனை மறுப்புகள்! எத்தனை திட்டங்கள்! எத்தனை நுட்பங்கள்! அத்தனையும் இணைந்திருக்கும் களஞ்சியம்தான் இந்நூல்; இந்நூல் சிறுநூல்தான்; ஆனால் நறுநூல்; பொதுவுடைமையர் பெரியாரைப் போதிய அளவு போற்றாதிருந்த நிலைக்குத் தோழர் தா.பாவின் இரு நூல்கள் ஓரளவு ஈடுகட்டியுள்ளன எனலாம். தோழர் தா.பா எழுத்தாற்றலும் மிக்கவர். எதனையும் எளிமையாக இனிமையாகச் சொல்லும் பாங்கு அவரிடத்தில் உள்ளது. கடந்த சில ஆண்டுகளாகத் தொடர்ந்து எழுதிவருகிறார். இது மேலும் தொடர வேண்டும். தந்தை பெரியாரைப் போற்றுவோம்! அவர் கொள்கைகளை நிலைநாட்டுவோம். இது காலத்தின் கட்டாயம். “Nobody can stop an idea when has come” - Victor hugo

“மானம் கெடுப்பாரை அறிவு கெடுப்பாரை
மண்ணொடு பெயர்க்கும் கடப்பாரை
வானம் உள்ளவரை வையம் உள்ளவரை
யார்தான் மறப்பார் பெரியாரை”

- கவிஞரேறு காசி ஆனந்தன்

25-3-18

பா.வீரமணி

என்னுரை

தந்தை பெரியாரைப் பற்றி நிறைய நூல்கள் வந்துள்ளன.

பெற்றோர் சூட்டிய பெயர் ராமசாமி. வளர்ந்த பருவத்தில் சாதி, மத, அடையாளங்களைக் காட்டும் பெயர்கள், சின்னங்களை அழிப்பதில் ஈடுபட்டவர் பெரியார்.

ஆனால், வைக்கப்பட்ட பெயரே ராமசாமி ஆயிற்றே. இதை எவ்வாறு அழிப்பார்? இவர் மட்டுமா, இந்தியர்களில் பலரும் கடவுளர் களின் பெயர்களையும், மகாபாரத, ராமாயண பாத்திரப் பெயர்களையும் தான் தாங்கி உள்ளனர்.

பரமசிவன், முருகன், பீமன், தர்மன், அர்ச்சுனன், பரமேசுவரன், கந்தசாமி, நாராயணன், கர்ணன் என்பது போலத்தானே பெயர்களும் வைக்கப்பட்டுள்ளன. இவற்றை எவ்வாறு முற்றாக அழிப்பது?

இதிகாசக் கதைகளை மக்கள் மனத்திலிருந்து நீக்கி விட முடியுமா?

கோயில் கட்டிடங்களை என்ன செய்வது? - மதம் அதன் பிடிப்பை என்றாவது இழந்து விடுமா? எனப் பலவகைக் கேள்விகளை எழுப்புவோர் பலர் உள்ளனர்.

நான்காயிரம் ஆண்டுகட்கு மேலாக மதங்கள்- அவற்றால் ஊட்டப் பட்ட நம்பிக்கையின்படி வாழ்கிற மக்களே அதிகம் உள்ளனர் என்பது உண்மை.

ஆழமாக வேர் விட்டும், அகலமாக கிளைகள், விழுதுகள் பரப்பியும் வேரூன்றியுள்ள மதம் சார்ந்த மூடப்பழக்க வழக்கங்களை அகற்றிவிட முடியுமா? எனக் கேட்டு, திகைத்து, பிரமித்து, நமக்கேன் அந்த வேலை என விலகிச் செல்வோரே பலர்.

நெடுஞ்சாலையில் கிடந்த முட்செடி ஒன்றைக் கண்டு, அதை மிதிக்காமல் புத்திசாதுர்யத்துடன் ஒரு பயணி விலகிச் செல்கிறான்.

இன்னொரு பயணி அதைக் கவனியாது மிதித்துக் குத்தப்பட்ட முள்ளால் வேதனைப்படுகிறான். இருப்பினும் முள்செடி இருப்பது இயற்கையே என நியாயப்படுத்துகிறான்.

மூன்றாவதாக வந்த ஓரிளைஞன் மட்டும், அதைப் பார்த்தவுடன், ஆகா, பின்னாலே வரக்கூடிய குழந்தைகள், முதியவர்கள் மிதித்து முள் குத்தி, துன்புறக்கூடும் எனக் கருதி, குனிந்து முட்செடியை எடுத்து, சாலைக்கு வெளியில் ஒரு குழிக்குள் வீசி எறிந்து விட்டுச் செல்கிறான்-

மூவகைப் பயணிகள்; மூன்றாவது பயணிதான், பிறர் கால்களிலும் முள் குத்தி விடக் கூடாது எனக்கருதி அதை அகற்றியவர்.

அதேபோன்று பிறர் குழிக்குள் இடறி விழுந்து காயம்படக் கூடாது என்பதற்காக, முட்செடியை அகற்றிய நல்லவரைப் போலவே, நாட்டு மக்கள் நடந்த பாதையிலேயே நடந்து, விழுந்த படுகுழிக் குள்ளேயே விழாமல் தடுக்க, பகுத்தறிவுப் பாதையைக் காட்டியவரே பெரியார் ஆவார்.

தற்போது நீலகிரி மலையில் கோடைகால வெப்பத்தை மறந்து, குளிர்ந்த சூழலில் வாழச் செல்பவர்கள், வாகனங்களில் போடப்பட்ட சாலையில் குலுங்காமல் செல்கின்றனர். அந்தப் பாதையை அமைக்க முதன் முதலாக, கல்லை உடைத்து, காட்டு மரங்களை அகற்றி, பாதை சமைக்க சம்மட்டி எடுத்து, அரிவாள் பிடித்து வேலையைத் தொடங்கிய சிற்பியை நினைத்துப் பார்த்தது உண்டா? அதைச் செய்த உழைப்பாளி, அதை எதிர்பார்க்கவில்லை.

அதுபோன்று கரடு முரடான சிந்தனைச் சிறைக்குள் சிக்கியிருந்த மக்களை விடுவிக்க, 'விடுதலை' கண்டவரே பெரியார்.

இவரது பொதுத் தொண்டுக்கு நன்றி செலுத்த, அவரது நூற்றாண்டு விழாக்களில் பங்கு ஏற்றேன். அப்போது ஈரோட்டில் நான் ஆற்றிய உரையைத் திராவிடர் கழகத் தலைவர், விடுதலை ஆசிரியர் கி. வீரமணி அவர்கள், சமுதாய விஞ்ஞானி என்ற தலைப்புடன் சிறு பிரசுரமாக வெளியிட்டார் - பெரியாரைச் சந்திக்கவும், அவருடன் பேசி, அன்பைப் பெறவும் அவரே எனக்கு உதவினார்.

என் வாழ்க்கையில் பெரியாரைச் சந்தித்த சம்பவங்களையும், அவர் கூறிய கருத்துக்களையும், நான் பெற்ற பெரும்பேறாகக் கருதுகிறேன். தற்போது மீண்டும் பெரியாரை நினைவுபடுத்தி, நன்றி கூற, இச்சிறு நூலை எழுதலானேன்.

அம்பேத்கரின் படைப்புக்கள் முழுவதையும் தமிழில் மொழி பெயர்த்து வெளியிட்டுள்ள என்.சி.பி.எச். நிறுவனம், இப்புத்தகத்தை வெளியிட ஆர்வம் காட்டி அச்சிடுகிறது. வாங்கிப் படித்துப் பயன் படுத்த வேண்டுகிறேன்.

சென்னை
20.3.2018

தா. பாண்டியன்

பெரியார் எனும் இயக்கம்

விடுதலைக்கு வித்திட்ட வித்தகர்

ஈரோட்டிலே பிறந்து, வளர்ந்த பருவத்தில் மூட நம்பிக்கையைக் கிண்டல் பண்ணி மகிழ்வதில் பழகியிருந்த ஈ.வெ. ராமசாமி, தன் தந்தையார் மறைவுக்குப் பின், வளர்ந்து விரிவடைந்து கொண்டிருந்த ஈரோட்டில், பல அமைப்புகளுக்குத் தலைமைப் பொறுப்பை ஏற்பவராக இருந்தார்.

பெரும் வணிகர்கள், அரசாங்கத்தின் உயர் அதிகாரிகள், கல்வி யாளர்கள், ஊர் மக்கள் எனச் சகல பிரிவினராலும் நாடப்பட்ட, மதிக்கப்பட்ட மனிதராகத் திகழ்ந்தார்.

மாநில ஆளுநர், மாவட்ட ஆட்சித் தலைவர், காவல்துறை அதிகாரிகள், நீதிபதிகள் ஆக, அப்போது, பெரும்பாலும் வெள்ளையரே இருந்தனர். இந்தியர்களில் படித்துப் பட்டம் பெற்று, பல முக்கியப் பொறுப்புக்களில் பிராமண குலத்தவரே இருந்தனர்.

கல்வித் துறையில் ஆசிரியர்களாக, அரசு நிர்வாகத் துறையிலும் உயர் அதிகாரிகளாக, பிராமண குலத்தில் பிறந்தோரே பொறுப்பில் இருந்து வந்தனர். அப்போது வருமான வரி போடுவது குறித்து, வணிகர்கள், தொழில் நடத்துவோரின் வரவு, செலவு லாபக் கணக்கைப் பார்த்து வரிவிதிக்க பயிற்சி பெற்ற துறையினர் இல்லை. எனவே வருமான வரி அதிகாரிகள், வசதி படைத்தோர் மீது, உத்தேச, யூக மதிப்பீட்டின்படி வரி விதிப்பது வழக்கமாக இருந்து வந்தது. இந்த வரி விதிப்பையும் மாவட்ட ஆட்சித் தலைவரே செய்து வந்தார். அவர் வெள்ளையராக இருந்ததால், அவருக்கு ஈரோட்டிலுள்ள வணிகர் களில் எவர் எவ்வளவு முதலீடு செய்கிறார் எவ்வளவு லாபம் சம்பாதிக் கிறார் என்பதைத் தெரிந்துகொள்வதில் சிரமம் இருந்தது. எனவே மாவட்ட ஆட்சித் தலைவர்கள் ஈரோட்டில் மிக முக்கியமான குடும்ப மாகவும், பெரும் வணிகராகவும், பெரிய மனிதராகவும் மதிக்கப்பட்ட ஈ.வெ. ராமசாமியாரிடம் இது குறித்து ஆலோசனை கேட்பது வழக்கமாம். ஈ.வெ. ராமசாமி அதையும் நடுநிலையில் நின்று நேர்மையாக உண்மையை சொல்லக்கூடிய தகுதி பெற்றவர் என்று அவரை நாடினார்கள். அவர் அப்போது ஈரோட்டில் அமைக்கப் பட்டிருந்த மக்கள் படிப்பதற்கான பொது நூலகத்தின் தலைவராக இருந்தார்.

அப்போது ஈரோடு ரயில் சந்திப்பு தமிழ்நாட்டிலேயே மிக முக்கியமான இடமாகக் கருதப்பட்டது. அங்கு ரயில் இன்ஜின்களைச் சுத்தம் செய்வது, பழுதுபார்ப்பது, பயிற்சி கொடுப்பது போன்ற பல முக்கிய பணிகளில் ஆங்கிலோ இந்தியர்களும், இந்திய தொழிலாளிகளும் அதிக எண்ணிக்கையில் பணிபுரிந்து வந்தனர். அவர்களுக்காகக் குடியிருப்புகளும் பல கட்டப்பட்டன. அதனால் தொழிற்சங்க இயக்கமும் தொடங்கி, அந்த இயக்கத்தின் வீச்சும் பரவிக் கொண்டிருந்தது. நடுத்தர வயதினரான ஈ.வெ. ராமசாமி, மாவட்ட ஆட்சித் தலைவரால், சிறிய வழக்குகளை விசாரிக்க கௌரவ நீதிபதியாக நியமிக்கப்பட்டார். வளர்ந்து வந்த ரயில் சந்திப்பில் வெள்ளையர்களும், உயர் அதிகாரிகளும் உண்ணுவதற்கு என்று மேற்கத்திய நாட்டு அசைவ உணவைத் தயாரிக்கும் விடுதி ஒன்று இயங்கி வந்தது. அங்கு வழங்கப்படும் சிறப்பு உணவு பற்றி ஊரிலும் செய்தி பரவி இருந்ததால், ஊர் பெரியவர்களும் அங்கு வந்து சாப்பிடுவதைக் கௌரவமாகக் கருதினார்கள். ஈ.வெ. ராமசாமியைச் சுற்றி ஏழெட்டு இளைஞர்கள் எப்பொழுதும் கூடவே இருப்பார்கள். அவர்களில் சிலர் அடிதடிக்கு அஞ்சாதவர்கள். ஆனால் ஈ.வெ. ராமசாமியிடம் அடங்கி, ஒடுங்கி இருப்பார்கள். ஈ.வெ. ராமசாமியிடம் இந்த வகையில் ஒரு சிறு முரட்டுப் படையும் இருந்தது. ஊரில் பெரிய வணிகர்கள், அதிகாரிகள் ஆகியோரிடம் மரியாதைக்குரிய நட்பும் இருந்தது. இது குறித்து அவரே நகைச்சுவையுடன் எழுதியுள்ளார். வாரத்தில் ஒருநாள் நண்பர்கள் புடைசூழ ரயில்வே சந்திப்பிலிருந்த உணவு விடுதிக்கு அவர்களை அழைத்துச் சென்று, அவர்கள் விரும்பியதை வாங்கிக் கொடுத்துச் சாப்பிட வைத்துப் பேசிக்கொண்டே இருப்பாராம். அந்தக் காலத்தில் மதுவும் அங்கு வழங்கப்பட்டு வந்தது. ஈ.வெ. ராமசாமியுடன் வந்த வெள்ளை அதிகாரிகள் தவறாமல் மறக்காமல் மது அருந்திக் கொண்டே பேசுவார்கள். எல்லோருக்கும் விருந்து வைத்து அதற்குரிய கட்டணத்தையும் ஈ.வெ. ராமசாமி வேட்டி மடியிலிருந்து எடுத்து கொடுத்துக் கொண்டே இருப்பாராம்.

* ஆனால் அத்தனை கேளிக்கை விருந்துகளின்போதும் அவர் பிரியாணி விரும்பிச் சாப்பிடுவாராம். ஒருபோதும் ஒருதுளி மது கூட அவர் என்றும் குடித்தது கிடையாதாம்! இத்தகைய விருந்துகளை நடத்தியது பற்றி எழுதும்போது, அந்த விடுதியின் நிர்வாகியாக இருந்தவர், எல்லோரும் சாப்பிட்ட கட்டணம் பெரிய தொகையாக இருந்த சில நேரங்களில், கொஞ்சம் கணக்கைக் குறைத்துப் போட்டு எனக்கு உதவுவதும் உண்டு என்று அதையும் மறைக்காமல் எழுதி இருக்கிறார். அந்தப் பருவத்தில் இந்திய நாடு முழுமையிலும் நாடு சுதந்திரம் பெற வேண்டும் என்பதற்கான வேட்கையும், அதற்கான இயக்கமும் முளைவிட்டு எழுந்து வளர்ந்து வந்தது.

அன்றைய சுதந்திரப் போராட்டத்தில் ஆச்சரியப்படத்தக்க வகையில் இந்தியாவை அடக்கி அடிமைப்படுத்திய வெள்ளைக்கார நாட்டினரில் தப்பிப் பிறந்த சிலர், இந்திய நாட்டின் அரசியல் விடுதலைக்காகக் குரல் கொடுப்போராகவும், இந்தியருடன் சேர்ந்து சுதந்திரம் வேண்டும் என்று பேசுவோராகவும் இருந்தனர். காங்கிரஸ் கட்சியே ஹியூம் என்ற வெள்ளைக்காரரால் ஒரு சிறு குழுவாக அமைக்கப்பட்டதுதான். இந்தியாவில் அணைகள் சிலவற்றைக் கட்டி மக்களிடம் நற்பெயர் பெற்ற வெள்ளையர்களும் பலர் இருந்தனர். உதாரணமாக சுக்கூர், கோதாவரி, மேட்டூர், முல்லைப் பெரியாறு போன்றவை கருணை உள்ளமும், மனித நேயமும் தொழில் திறமையும் கொண்ட வல்லுநர் களால் கட்டப்பட்டது. இதே போன்று கல்வித்துறையிலும் தொடக்கப் பள்ளி முதல், தொழிற்கல்வி உட்பட பல கல்வி நிறுவனங்களை வெள்ளைக்கார பாதிரியார்கள்தான் கட்டி அமைத்தார்கள். கல்வி நிலையங்களைக் கட்டியதை விட அக்கல்வி நிலையங்களின் வாயிலை திறந்து விட்டுச் சகல சாதிப்பிரிவு மக்களையும் பள்ளியில் சேர்ந்து படிக்க அனுமதித்தார்கள். குருகுலம் வைத்து உயர்குலத்தாருக்கு மட்டும் கல்வி கற்கும் வாய்ப்பு இருந்தது என்ற நிலை மாறி, இழிகுலத்தாருக்கு ஒரு புது யுகத்திற்கான கதவு திறக்கப் பட்டது. இந்தியாவில் சில வார, மாத இதழ்களும் வெளிவரத் தொடங்கின. அவற்றின் ஆசிரியர்களாக எழுத்தாளர்களாகப் பிராமண குலத்தவரே இருந்தனர்.

சுதந்திரப் போராட்ட இயக்கத்தில், இந்தியாவிலிருந்து உயர் படிப்புக்காக மேற்கத்திய நாடு சென்று படித்துப் பட்டம் பெற்று திரும்பிய பல மன்னர் குடும்பத்துப் பிள்ளைகளும், ஜமீன்தார்களும் பெரும் செல்வம் படைத்த குடும்பத்தினரும் இருந்தனர். அவர்களில் பலர் உயர் குலத்தவரும், மேட்டுக் குடியினரும் ஆக இருந்தனர். இயக்கத்தில் அன்னிபெசன்ட் என்ற வெள்ளைக்கார அம்மையாரின் செல்வாக்கு அதிகம் இருந்தது. இந்தியர்கள் என்ற வகையில் சேலம் விஜயராகவாச்சாரி, சக்கரவர்த்தி ராஜகோபாலாச்சாரியார், வ.வே.சு. ஐயர், சத்தியமூர்த்தி வடக்கில் திலகர் போன்றோர் பிராமண குலத்தவராக இருந்தனர். பிராமணர்களிலேயே விரல் விட்டு எண்ணக்கூடிய சிலர் சமுதாய மாற்றத்தில் விருப்பம் காட்டி வந்தனர். சாதி ஒழிப்புப் பற்றியும் பேசி வந்தனர். தொழில்கள் பெரும்பாலும் வெள்ளையர் களால் தொடங்கப்பட்டது. உதாரணமாக வியந்து பாராட்டப்பட்ட பக்கிங்ஹாம் கர்நாடிக் மில், சிம்சன் என்ஜினியரிங் தொழிற்சாலை, ஹார்வி பஞ்சாலை, சென்னை டிராம்வே கம்பெனி, தேயிலை காப்பி எஸ்டேட்டுகள், போக்குவரத்து போன்றவை வெள்ளை முதலாளி களால் நிறுவப்பட்டாலும், உள்ளூர் நிர்வாகத்தை நடத்த அப்போது

ஆங்கிலத்தைப் படித்து ஆங்கிலத்தில் பேச, எழுத தெரிந்திருந்த பிராமணர்களே பல பொறுப்புக்களில் நியமிக்கப்பட்டனர். இதே போக்கு அரசாங்கத்தின் சகல துறைகளுக்கும் பரவி இருந்தது.

இந்தச் சூழலில் ராஜகோபாலாச்சாரியார், விஜயராகவாச்சாரி போன்றோர் ஈ.வெ.ராமசாமியின் நம்பிக்கைக்குரிய நண்பர்கள் ஆயினர். ஈ.வெ. ராமசாமியும் இந்திய தேசிய சுதந்திரப் போராட்டத்தில் நம்பிக்கையுடன் பங்காற்றும் உறுப்பினர் ஆனார். காலப்போக்கில் இவரைக் காந்தியடிகளும் அடையாளம் கண்டு தேடி வந்து சந்தித்தார். பொதுவாக ஈ.வெ.ராமசாமி பார்ப்பன எதிர்ப்பாளர். எனவே "அவரும் ஒரு வகையில் சாதிவெறியர்தான், அவரைச் சாதி ஒழிப்புக்காக நின்ற பகுத்தறிவாளர்" என கூறிவிட முடியாது என்று கூறும் "சிலர்" உள்ளனர். காங்கிரஸ் கட்சியுடன் தொடர்பு வைத்து, அதில் ஈடுபாடு காட்டத் தொடங்கிய ஈ.வெ. ராமசாமி, ராஜகோபாலாச்சாரியாருக்கும், விஜயராகவாச்சாரியாருக்கும் நம்பிக்கைக்குரிய நண்பராக இருந்தார். வ.வே.சு ஐயரும், ஈ.வெ. ராமசாமியைத் தன்னலமற்ற தியாகி என்றும், வீரர் என்றும் துணிச்சல்காரர் என்றும் போற்றி வந்தார். காந்தியடிகள் உட்பட பிற்கால கட்டத்தில் கொள்கை மாறுபாட்டால் ஈவெராமசாமி காங்கிரஸ் கட்சியைவிட்டு வெளியேறிய பின்னரும், காங்கிரஸ் கட்சியை ஒழிப்பேன் எனப் பிரகடனம் செய்து பல கூர்மையான போராட்டங்களை நடத்திய காலங்களிலும், முழு மூச்சுடன் எதிர்த்த காலங்களிலும், அவரைக் காந்தியார், பண்டித நேரு, இந்திரா காந்தியார், ராஜாஜி உட்பட யாரும் விமர்சனம் செய்ததுகூட கிடையாது. காந்தியடிகளுடைய மதம் சார்ந்த கொள்கைகள், சாதிகள் பற்றிய கோட்பாடுகள், பெண்கள் விடுதலை குறிப்பாக விதவை மறுவிவாகம் போன்றவைபற்றி காந்தியடிகள் கூறிய கருத்துக்களை முற்றாக முழுமையாக எதிர்த்தவர் ஈ.வெ.ராமசாமி ஆவார்.

காந்தியடிகளுடன் ஈ.வெ. ரா மட்டுமல்லாது அவரது துணைவியார் நாகம்மையும் பற்றுக்கொண்டவராக இருந்தார். காந்தியடிகள் மதுவிலக்குப் போராட்டத்தைத் தொடங்கியபோது நாகம்மையாரைத் தான் அதற்குத் தலைமை தாங்கச் சொன்னார். அதில் முழு தீவிரம் காட்டியவர் ஈ.வெ.ரா. அதன் ஒரு அடையாளமாகத் தன் தோட்டத்தி லிருந்த நூற்றுக்கணக்கான தென்னை மரங்களை வெட்டிச் சாய்த்தார். அதே ஈ.வெ. ராமசாமி அன்னிபெசன்டின் செல்வாக்கைக் குறைத்து சுதந்திரப் போராட்ட இயக்கத்துக்கு, இந்தியர்களைத் தலைமைப் பொறுப்பேற்க வைக்க வேண்டும் என்பதற்காக ராஜாஜிக்கும், விஜயராகவாச்சாரிக்கும் ஆதரவு தந்தார். பலரையும் திரட்டி ஆதரவு கொடுக்க வைத்து அவர்கள் வெற்றி பெற உதவியும் செய்தார். பின்னர்

அதே காங்கிரஸ் கட்சிக்குள் பிராமணர் அல்லாதாருக்கும் உரிய பதவிப் பொறுப்புக்கள் தரப்பட வேண்டும்; மாறாக, பிராமணர்கள் மட்டுமே தலைமைப் பொறுப்பில் இருப்பது, நாட்டுக்குப் பொருத்த மாக இல்லை என்ற கோரிக்கையை வற்புறுத்த தொடங்கியபோது திரு.வி.க போன்றோர் கூடப் பிராமணர்களின் ஆதரவை இழக்க நேரிடும் எனத் தயங்கினர். இந்தக்கட்டத்திலேதான் ஈ.வெ. ராமசாமிக்கு இந்திய சமுதாயத்திற்குள் குவிந்து கிடக்கும் முரண்பாடுகள் இழிநிலைகள் குறித்த கவலை பிறந்தது. இந்தக் கட்டத்தில் அடிமைப்பட்டுக் கிடந்த இந்திய நாட்டுக்குள், பல்லாயிரம் ஆண்டுகளாகப் பெரும் எண்ணிக்கை யிலான உழைத்து வாழும் மக்கள் பிறப்பால் உயர்வு, தாழ்வு கற்பிக்கப் பட்ட அடிமைப்படுத்தப்பட்ட நாட்டில், அடிமைக்குள் அடிமை களாக அடிமைப்படுத்தப்பட்டிருந்த மக்களை, அந்த மனிதரின் உய்த்து உணரும் அறிவு கண்டறிந்தது. இதற்கும் கீழே பெண்கள் எல்லா குடும்பங்களிலும், அடுப்பு ஊதும் அடிமைகளாக மட்டும் இருப்பதைக் கண்டு வெகுண்டு எழுந்தது; வெள்ளை உள்ளம் படைத்த ஒரு நல்ல மனிதனின் கண்களில் தீப்பொறி பறந்தது.

பார்ப்பன எதிரியாக மட்டுமே பார்க்கப்பட்டும், ஒரு வட்டக் கோட்டுக்குள் அடைக்கப்பட்ட பார்ப்பன எதிரியாக வருணிக்கப் பட்ட அந்த மனிதரின் கண்களில் உச்ச உயர் சாதியினர் குடும்பங் களிலேயே இளம் வயதில் கணவரை இழந்துவிட்ட பெண்கள் கூந்தலை மழித்து எடுத்துவிட்டு, அதாவது மொட்டையடித்துப் பூச்சூட விடாமல் தடுத்து, குங்குமப் பொட்டையும் அழித்து விதவை என்ற பட்டம் சூட்டி வீட்டின் பின்புறத்தில் தள்ளிவைத்தனர். வீட்டில் நான்குபேர் கூடுகின்ற இடத்திலோ அல்லது ஏதேனும் ஒரு நல்ல காரியத்திலோ முகத்தைக் காட்டக்கூடாது, அந்த பக்கம் வருவது கூடத் தீட்டு எனக் கூறி, மனதைப் புண்படுத்தி, அவமானப் படுத்தியும் வைத்திருந்தனர். சுதேசமித்திரன் பத்திரிக்கை அதிபரின் மகளுக்கே அந்தக் கதி நேர்ந்தது. பிராமணரான அவர் இளம் வயதில் கணவனை இழந்த தன்மகளுக்கு மறுமணம் செய்துவைக்க விரும்பினார்; வேதம் பயின்ற அந்த உயர் சாதியினர், அவருடன் உறவு கொள்வதைத் தவிர்த்தனர். சாதியில் இருந்து விலக்கினர். அதே கதி பாரதிக்கும் வாழ்ந்தபோதும் இறந்தபோதும் நடந்தது; காந்தியடிகளும் வெளிநாடு செல்ல முயன்றபோது சாதியிலிருந்து நீக்கப்பட்டார். இத்தகைய சம்பவங்கள் பல ஈ.வெ. இராமசாமியை இவற்றிக்கான மூலக்காரணத்தை தேடவைத்தது. ஈ.வெ. இராமசாமிக்கு முன்பும் இதே தமிழ்நாட்டில் சித்தர்கள் பலர் பார்ப்பனர்களைக் கடுமையாகச் சாடி பல பாடல்கள் எழுதியுள்ளனர். கம்பனின் தனிப்பாடல் ஒன்றும் பார்ப்பனர்களைச் சாடி எழுதப்பட்டுள்ளது. திருவள்ளுவரும் தான் தொகுத்து

வழங்கியுள்ள உலகப் பொதுமறையாம் திருக்குறளில் வரும் 1330 குறட்பாக்களில், எதிலும் சாதி மதக் குறிப்புகளைப் பிற கவிஞர்களைப் போல் நயந்து பாடியோ பயந்து எழுதியோ எவர் பெயரையும் குறிப்பிடார் அல்லர். எந்த மதத்தின் பெயரும் குறிப்பிடப்படவில்லை. உவமானமாக ஈரடியால் உலகளந்தவன் என்று ஓரிடத்திலும், இந்திரனே சாலுங் கரி என்று இன்னொரு இடத்திலும் குறிப்பிட்டுள்ளதைத் தவிர எந்தக் கடவுள்கள் பெயரையும் குறிப்பிடவில்லை. அதேபோல் வள்ளுவர் வாழ்ந்த காலத்திலும், பலநூறு சாதிப்பிரிவுகள் இருந்த போதிலும், எந்தச் சாதிப்பெயரையும் குறிப்பிடவில்லை. ஆனால் திருக்குறளில் ஒரே ஒரு குறட்பாவில் பார்ப்பனன் தான் படித்த வேதங்களை மறந்து தவறிழைத்தாலும் மன்னிக்கலாம், குலஒழுக்கத்தை இழந்த பார்ப்பானை மன்னிக்க இயலாது என்று காட்டமாக எழுதியுள்ளார். ஒழுக்கமுடைமை என்ற அதிகாரத்தில், "மறப்பினும் ஓத்துக்கொள்ளலாகும், **பார்ப்பான்** பிறப்பொழுக்கம் குன்றக் கெடும்" என்று எழுதியுள்ளார்.

எனவே பார்ப்பன எதிர்ப்பு என்பது ஈ.வெ. இராமசாமி பெரியாரால் வலிந்து வம்புக்கு இழுத்துப் புதிதாகக் கண்டுபிடித்து, தொடங்கப்பட்ட பண்பாட்டு போராட்டமல்ல. அது ஆரியர்கள் தென்னிந்தியாவிற்குள் நுழைந்த காலத்திலேயே அவர்களைவிட மேம்பட்ட நாகரிகம், அரசுமுறை, சமூக ஒழுக்க நெறிகள், போன்ற வற்றில் ஆரியர்களிலும், சிறந்தவர் களாக மேம்பட்டவர்களாக இருந்த சைவ சித்தாந்திகள் பார்ப்பன எதிர்ப்பில் முனை முகத்தில் நின்றனர்.

சமயச் சான்றோர்களான தமிழ் சிந்தனையாளர்களும், கவிஞர்களும், பார்ப்பன வெறுப்பாளர்களாகவே இருந்தனர். ஆனால் பல்லவ மன்னனும், சோழ நாட்டையாண்ட இறுதிக்கால மன்னர்களும் பக்தியால் ஈர்க்கப்பட்டு அதைப் பரப்புவதற்காக வந்த இசை நடன கலைகளில் மயங்கி அதில் தேர்ந்திருந்த பார்ப்பனர்களைத் தங்களது ராஜ குருக்களாக, அமைச்சர்களாக கோயிலைப் பொருத்தவரையில் முழு அதிகாரம் படைத்தவர்களாக அவர்கள் ஆட்சியிலும் உயர்இடம் பெற்றனர். மதநம்பிக்கையாலும், தொழப்படும் மனிதர்களாகவும், பல்லக்கில் பவனி வருவோராகவும் அவர்கள் வலம் வர வழிபிறந்தது தூக்கிசுமக்க பெரும்பகுதியினர் அதை விதி என ஏற்றனர். சுமப்பது சொர்க்கம் போக வழி என்று நம்பவும் செய்தனர். இதைத்தான் வள்ளுவரும் கண்டிக்கும் வகையில் "அறத்தாறு இதுவென வேண்டா சிவிகை பொறுத்தானோடு ஊர்ந்தான் இடை". என்றும், "மழித்தலும் நீட்டலும் வேண்டா உலகம் பழித்தது ஒழித்து விடின்" என்றும், யாகங்கள் வேண்டாம் என்றும், வேடங்கள் புனைய வேண்டாம் என்றும், கபட சன்னியாசிகள் பற்றி விழிப்புடன் இரு என்றும்

வள்ளுவர் பலபட கூறியிருப்பதை நினைவுப்படுத்திக் கொள்வது நல்லது. வேதங்கள் படித்த பலர் வேதியர் எனப் பெயர் பெற்றோர் பிறப்பால் உயர் தாழ்வு கற்பிப்பதை ஔவையார் மறுக்கும் முறையில் தான் "சாதி இரண்டொழிய வேறு இல்லை" அவர்களுள் இட்டார் பெரியோர் இடாதோர் இழி குலத்தோர் என்றார். யாதும் ஊரே யாவரும் கேளிர் என்பதே சாதிமதப் பிரிவுச் சுவர்களை இடித்து தகர்ப்பதாகும். இவைபோன்ற மனிதநேய கருத்துக்கள் ஓங்கி இருந்ததால் தான்

"பிறப்பொக்கும் எல்லா உயிர்க்கும் சிறப்புஒவ்வா
செய்தொழில் வேற்றுமை யான்".

என்றும் வள்ளுவர் கூறியிருக்கின்றார். கம்பனும் மத நம்பிக்கையுள்ள வனாக இராமன் மீது உள்ள பக்தியால் கவிதை பாடலானேன் எனக்கூறினாலும், அவன் தமிழ்பண்பாட்டில் ஊறியிருந்ததால் இராமனுக்குப் படகோட்டி குகனையும், குரங்கினத் தலைவன் சுக்கிரி வனையும், அரக்கர் குலமென வருணிக்கப்பட்ட வீடணனையும் உடன்பிறந்த சகோதரர்களாக ஏற்றுப் புதல்வரால் பொலிந்தான் உந்தை என்று கூறும் **"இராமனைப் படைத்தவன் கம்பன் என்ற தமிழன்"**. இந்தச் சிந்தனை நீரோட்டம் சித்தர்களால் வளர்க்கப்பட்டுப் பிற்காலத்தில் ஈ.வெ. இராமசாமி என்ற சிந்தனைச் சிற்பியால் புதிய சமூக நீதிக்கான போராட்ட நெறியாக மாற்றப்பட்டது. அதில் அவர் பெண்ணுரிமைக்கு, பெண்விடுதலைக்கு முன்னுரிமை கொடுத்தார். அந்த இயக்கத்துக்குத் தான் அவர் முதலிடம் தந்தார், இதனை ஏனெனப் புரிந்துகொள்வது நல்லது.

பெண் விடுதலை

கவிமணி தேசியவிநாயகம் பிள்ளை உள்ளத்தைத் தொடும் இனிய தமிழ் கவிதைகளைப் படைத்தவர். பாரதியாரையும், பாரதிதாசனையும், புயல்கள் என வருணித்தால், கவிமணியின் கவிதைகள் தென்றல் என்றுதான் கூறப்பட வேண்டும். "மாதராய் பிறப்பதற்கே நல்ல மாதவம் செய்திட வேண்டுமம்மா" என்ற வரிக்குத் தாய்மையின் மகத்துவத்தைத் தீஞ்சுவை தமிழில் மருந்தாகவும், விருந்தாகவும் தந்துள்ளார். ஏனெனில், ஒரு தாயின் பாத்திரத்தை வேறு எந்த ஒரு உறவினாலும் நிறைவு செய்ய இயலாது, ஆனால் போற்றி வணங்கப்பட வேண்டிய தாய்க்குலத்தையே அவர்களால் பெற்றெடுக்கப்பட்ட மனிதர்களாலேயே அழிக்கப்பட்டு, தாய்க்குலம் படும்பாடுகளைக் கண்டு கொதித்து குமுறி எழுந்த ஈ. வெ. இராமசாமி, சிறு சிறு சீர்திருத்தங்களை மட்டும் முன்மொழிந்து, அவற்றைச் சட்டமாக்கு வதன் மூலம் பெண் விடுதலைக்கு உதவிட முடியாது என்பதை

உணர்ந்தவராக, பெண்களின் முழு விடுதலைக்கான ஒரு சர்வாம்ச தன்மைகொண்ட இயக்கத்தை நடத்த வேண்டும் என்பதை உணர்ந்தார். அதற்கான முழுத் திட்டத்தை வெளியிடுகின்றபோது சமுதாயத்தின் பல பகுதியினரிடமிருந்து கடுமையான எதிர்ப்பு வரும் என்பதனை உணர்ந்திருந்தார்.

* பெண் பிள்ளைகளுக்குக் குழந்தைப் பருவத்திலேயே வயதான பெரிய மனிதர்களுக்குத் திருமணம் செய்துவைப்பது என்பது வழக்கமாக இருந்து வந்தது. அதைச் சாஸ்திர சம்பிரதாயப்படி முன்னோர்கள் வகுத்த நெறிமுறைதான் மரபுதான் எனக் கூறி வந்தனர். அதை மாற்ற மூடபழக்கவழக்கத்தை எதிர்ப்பதை கைவிட்டு முதலில் தன்னை பின்பற்றும் இயக்கத்தார் சாஸ்திர சம்பிரதாய முறைகளில் சாஸ்திரிகளை வைத்துப் புரியாத வடமொழியில் மொனமொனந்து வேதம் ஓதி யாககுண்ட புகை வளர்த்து நடத்தப்பட்ட திருமண முறைகளை கைவிட வைக்க சிக்கன சீர்திருத்த திருமணமுறையை நடத்திக் காட்டினார்.

இன்று அந்த வகை திருமணங்களுக்கு எதிர்ப்பு குறைந்துள்ளது. தமிழ்நாட்டை தாண்டி பல மாநிலங்களில் வளர்ந்தும் இருக்கின்றது.

* இந்தியாவிலேயே பெரியார் வளர்த்த திராவிட இயக்கத்தின் வழிவந்த திராவிட முன்னேற்றக் கழகம், அறிஞர் அண்ணா தலைமையில் ஆட்சி அமைத்தபோது சீர்திருத்த திருமணங்களை அங்கீகரிக்கும் சட்டத்தைத் தமிழ்நாடு சட்டமன்றம் நிறைவேற்றியது. இது இந்தியாவில் தமிழ்நாடு ஒன்றில் மட்டும்தான் முதன்முதலாக அத்தகைய புரட்சிகர திருமணச்சட்டம் நிறைவேறியது. தமிழ்நாடு சட்டமன்றத்தில் ஒருமனதாக இச்சட்டம் நிறைவேற்றப்பட்டது. திருச்சியில் ஈ.வெ. இராமசாமி பெரியார் தலைமையில் நடைபெற்ற ஜீவா-வின் முதல் மகளின் திருமண விழாவில் முதல்வராக இருந்த அண்ணா ஈ.வெ. இராமசாமியிடம் அன்புக் கனியாக அச்சட்டத்தை வழங்குவதாக அறிவித்தார். நான்காயிரம் ஆண்டு நீடித்த ஒரு மூடப்பழக்க வழக்கம் சாஸ்திர சம்பிரதாய விலங்கு உடைக்கப் பட்டது. ஈ.வெ.இராமசாமி பெரியாருடைய நீண்டகாலப் போராட்டத் திற்கு அவர் வாழ்நாளிலேயே பெரும் வெற்றி கிடைத்தது.

1920-களில் பெரியார் பொதுவாழ்க்கையில் முழுமையாக ஈடுபட தொடங்கியபோது அவர், அப்போது வசித்து வந்த எல்லாப் பதவிகளிலும் இருந்து விலகினார். அப்போது சென்னை மாகாணசபைக்கு அவரது பெயர் முன்மொழியப்பட்டிருந்தது. ஆனால் அவர் அதை ஏற்றுக் கொள்ள மறுத்துவிட்டார். இராஜாஜி, விஜயராகவாச்சாரி,

போன்றோர் பெரியாரை அணுகிப் பேசி விலகலைத் திரும்பபெற்று பொறுப்பினை ஏற்குமாறு வேண்டினர். அப்போது அரசு செயலாளராக இருந்த இராஜகோபாலாச்சாரி கேரள பெண் ஒருத்தியை மணந் திருந்தார். அவர்கள் இருவரும் ஈரோட்டில் பெரியாரை வந்து சந்தித்து அவருக்குத் தரப்பட இருந்த மாகாண கவுன்சில் உறுப்பினரானால், மக்களுக்கு உதவி செய்யமுடியும் என்று வற்புறுத்தியதையும் ஏற்க மறுத்துவிட்டார்.

கௌரவ மேஜிஸ்திரேட், நூலக தலைவர், வர்த்தகசபை தலைவர், ஜில்லா போர்டு உறுப்பினர் என்று இருந்த அனைத்து பதவிகளையும் உதறி எறிந்து தன்னை விடுவித்துக் கொண்டார். அத்துடன் தன்னை ஆதரிக்கும், தன் கொள்கைகளை ஏற்கும் இயக்கத்தார் எவரும், எந்தப் பதவிக்கும் பொறுப்பேற்கத் தேர்தலில் போட்டியிட கூடாது என்று ஒரு கடுமையான அப்போது விசித்திரமாக தோன்றிய ஒரு நிபந்தனையும் விதித்தார்.

அந்தக் காலத்தில் சாதாரணமாக நம்பமுடியாத அரசியல் பதவி துறவு நிலையை, அந்தத் தாடி வைத்த முனிவர் தோற்றத்தில் நின்ற மனிதன் கூறியபோது பூமி பிளந்ததோ இல்லையோ பலமனிதர்கள் வாய் பிளந்து நின்றார்கள். பொதுவாக ஒரு கட்சி அல்லது ஒரு இயக்கத்தை தொடங்குகின்றபோது நான் பிரதமரானால்! முதல்வரானால்! அதை ஒழிப்பேன் இதை மாற்றுவேன் இமயமலையைத் தூக்கி காட்டுவேன், எனப் பலரும் பேசுவதைத்தான் நாம் கேட்டு வந்துள்ளோம். ஆனால் ஒரு நவயுக முனிவர், எப்பதவிக்கும் நானும் போட்டியிடமாட்டேன் எனது கழகத்தாரும், போட்டியிடக் கூடாது எனக் கூறியது மிகப் பெரும் விவாதத்திற்கு வித்திட்டது. பெரியாரின் சிந்தனைத் தோழராக கருதப்பட்ட சிந்தனைச் சிற்பி சிங்காரவேலர், சுயமரியாதை மாநாடுகள் பலவற்றில் பங்கெடுத்தவர்; உரையாற்றியவர்; பல புத்தகங்களை எழுதியவர்; பெரியாரால் சிந்தனைச் சிற்பி என்று அழைக்கப்பட்டவர். அவர் பெரியார் இயக்கத்தை சார்ந்த பெண்கள் நடத்திய சீர்திருத்த மாநாடு ஒன்றைத் தொடங்கிவைத்தார். அம்மாநாட்டில் பெண்கள் பலர் ஆற்றிய பகுத்தறிவுக்கு ஒத்த உரையும் தமிழையும் கேட்டு மகிழ்ந்த சிங்காரவேலர், அவரது கட்டுரை ஒன்றில் இந்த இயக்கத்தார் வருங்காலத்தில் தேர்தலில் போட்டியிட வேண்டாம் என்று இப்போது கொண்டுள்ள முடிவை மாற்றி, போட்டியிடுவது என்ற முடிவை எடுத்தால், அக்கட்சி கட்டாயம் தேர்தலில் வெற்றி பெறும்; அதை 50 ஆண்டுகளுக்கு எவராலும் அசைக்க முடியாது என்ற ஒரு கருத்தை வெளியிட்டும் உள்ளார்.

பல்லாண்டுகளுக்குப் பிறகு வாழக்கூடிய பேற்றினைப் பெற்றுள்ள நாம், சிங்காரவேலர் கூறியதுபோல் நடந்து இருப்பதை உணர

முடிகிறது. அதே சிங்காரவேலர் இந்த மண்ணின் விடுதலை, பெண்ணின் விடுதலையில்தான் தொடங்க வேண்டும் என்று கூறினார். 'புரட்சி கவிஞர் பாரதிதாசன்' பொதுவுடைமை இயக்கத்தையும் பகுத்தறிவு இயக்கத்தையும் புரிந்துகொண்டு கவிதைகளை எழுதியவர். பெண்ணடிமை ஒழியாது, மண்ணடிமை நீங்காது என எழுதியுள்ளார். பாரதியாரும் பெண் விடுதலைக்குக் குரல் கொடுத்துள்ளார்... "தாயைப்போல பிள்ளை - நூலைப் போல சேலை" என்று பழமொழி கூறிவிட்டு, பெண்களைப் படிக்காமல் முடக்கி வைத்திருப்பதைக் கண்டித்தார். தாயைப்போல் பிள்ளை எனக் கூறுகிறவர்கள், தாயின் கண்களைக் குத்தி குருடாக்கிவிட்டு, பிள்ளைகளை மட்டும் ராஜபார்வை பார்க்கச் சொல்லலாமா? எனக் கேட்டார். சகலவற்றிலும் ஆணுக்கும், பெண்ணுக்கும் சம உரிமை வேண்டும் எனவும் எழுதினார். ஆடு, மாடுகளை விற்பவர்கள்தான், அவற்றின் சம்மதம் கேட்பது இல்லை. அதே போன்று பெற்றெடுத்த மகளையும், அவளது விருப்பம் தெரியாது எவனாவது ஒருவனிடம் பேசி மணம் முடிப்பது மடத்தனம் எனவும் கண்டித்தவர், கணவனைத் தேர்ந்தெடுக்கவும், மனம் ஒத்துப் போகவில்லை என்றால், விவாகரத்துச் செய்யவும் உரிமை வேண்டும் என்றார். அக்கிரகாரத்தில் பிறந்த அக்கினிபுத்திரன் பாரதி, சோவியத் நாட்டில் புரட்சிக்குப் பின் பெண்களுக்கு வழங்கப்பட்ட உரிமைகளை விளக்கிக் கூறி, அவை நம் நாட்டுப் பெண்களுக்கும் வேண்டும் என்று எழுதினார்.

இவ்வாறு பால்ய விவாகத் தடுப்பு, உடன்கட்டை ஏறுவதைச் சட்ட விரோதமாக்குவது, பெண்களுக்கும் கல்வி வேண்டும், சொத்துரிமை வேண்டும் எனப் பலர் பல காலங்களில் எழுதியும் உள்ளனர்; பேசியும் உள்ளனர்.

ஆனால், இதிலும் ஒரு தனித்தன்மையைக் காட்டக்கூடிய வகையில் பெண்களின் முழு விடுதலைக்கான ஒரு பேரியக்கத்தை, பெண்களைக் கொண்டே நடத்துவதற்கு உதவி செய்தவர், வழியும் காட்டியவர் பெரியார்.

இந்தியாவிலேயே பெண்களுக்கு வேதங்களின் பெயரால் சாத்திரங்களில் பெயரால் இழைக்கப்பட்ட கொடுமைகள்தான் மிகமிக அதிகம்.

உதாரணமாகப் பெண்களிலேயே பழங்காலத்தில் குறிப்பாக மன்னராட்சிக் காலத்தில் விலைமகளிர், பொதுமகளிர், தாசிகள், வரைவு மகளிர், இருமனப் பெண்டிர் என ஒரு பிரிவினரைக் காம இச்சையைத் தீர்க்க உடலுறவு கொடுக்கும் விலைபொருட்களாக வைத்திருந்தனர்.

இதன் உச்சகட்டமாக, கடவுள் பெயரால் கடவுளுக்குச் சேவை செய்ய கோவில்களுக்கு, ஆடு மாடுகளை காணிக்கையாக வழங்குவது போல் பெண் குழந்தைகளையும் பொட்டுக்கட்டி, கோவில்களுக்கு அதாவது சாமிக்கு அர்ப்பணித்து விடுவது வழக்கம். அவர்கட்கு தேவதாசி என்று பெயரும் சூட்டினர்.

அதாவது தேவனுக்கு அவர்கள் ஆசை நாயகிகளாக இருந்து ஆண்டவனின் உடற்பசியைத் தீர்ப்பவர்களாம்!

இத்தகையோர் நடனக்கலை, சங்கீதம், கற்றதோடு தங்களை அலங்கரித்துக்கொண்டு உடல் விற்பனை செய்து வந்தனர். அது சபிக்கப்பட்ட அவமதிக்கப்பட்ட ஒரு கேவலமான பகுதியாகக் கருதப் பட்டது. அவர்களது கலைத் திறனை ரசித்தவர்கள், அவர்களது உடலை ருசி பார்ப்பதிலேதான் அதிக நாட்டம் கொண்டிருந்தனர்.

அந்தச் சபிக்கப்பட்ட குலத்தில் பிறந்த மூவலூர் ராமாமிர்தம் அம்மாள் 1883இல் பிறந்தார். அவர் தேவதாசி குடும்பத்திலே பிறந்தவர். ஆனால் அந்தக் குலத்தையும், வழக்கத்தையும், பொட்டுக்கட்டும் சடங்கையும் ஒழிப்பதற்கு, முதல் போர் முழக்கம் எழுப்பியவர் அந்த அம்மையார்தான்.

ஆத்திக ஆதிக்கக்காரர்களின் மிரட்டல்களுக்கு அஞ்சாமல் இது தேவனுக்குச் செய்யப்படும் சேவை அல்ல. கடவுள் பெயரால் காமக் கிறுக்கர்கள் பெண்களை நினைத்தபடியெல்லாம் ஆட்டிப் படைக் கிறார்கள். எனவே இந்தத் தேவதாசிமுறை சட்டப்படி ஒழிக்கப்பட வேண்டும் என மேடைகளில் ஏறிப் பேசத் தொடங்கினார்.

எதிர்ப்பு, கேலி, கிண்டல் இருந்தது. பெரிய இடத்து மனிதர்களின் மிரட்டலும் இருந்தது. துணிச்சல் மிக்க அந்த அம்மையார் தனித்துப் போராடினால் நியாயம் கிடைக்காது என்பதை உணர்ந்து, சுயமரியாதை இயக்கத்தின் ஆதரவை 1925லே பெற்றார்.

1925இல் தேவதாசிகளின் மோசவலை என்ற புதினத்தை எழுதினார். இருந்தாலும், வேறுபல தாசிகளை வைத்தே இதைக் கண்டித்தும் கட்டுரைகள் எழுதப்பட்டன. ஆனால், சுயமரியாதை மேடையில் முழங்கிய ராமாமிர்தம் அம்மையாருக்கு ஆதரவு பெருகத் தொடங்கியது.

பல தரப்பு உயர்குடிப் பெண்களும், படித்தோரும், மூவலூர் அம்மையாரை மாதர் குலத்தின் திலகம், அவரே கற்பின் செல்வி என்று பாராட்டி அவருக்கு ஆதரவாகத் திரண்டனர்.

அவரது போராட்டம் மேலும் மேலும் வளர்ந்து, சுயமரியாதை இயக்கத்தாரின் ஒத்துழைப்பால், பல மாநாடுகள் நடத்தியதன் பலனாக

1947இல் பொட்டுக்கட்டும் முறையைத் தடை செய்யும் மசோதா பழைய சென்னை மாகாணத்தில் நிறைவேற்றப்பட்டது.

எனவே மூவலூர் ராமாமிர்தம் அம்மையார், தமிழ்நாட்டில் பெண் விடுதலைக்காக, குறிப்பாகத் தேவதாசிமுறை ஒழிப்புக்காக விளக்கேற்றிய முதல் பெண்மணி என்று போற்றப்படுகிறார். அவரை அடையாளம் கண்டு ஊக்குவித்தவர் பெரியார்.

இதேபோல் 1904இல் பிறந்தவர் மீனாம்பாள் சிவராஜ். இந்தப் பெண்மணி அறிவுக்கூர்மை உள்ளவர். சென்னை மாநகராட்சிக்கு 1937 லேயே நகராட்சி உறுப்பினராகத் தேர்ந்தெடுக்கப்பட்ட முதல் பெண்மணி ஆவார். இவரும் சுயமரியாதை மேடைகளில் சூறாவளியாக சுழன்று சுழன்று பணியாற்றியவர்.

1940களில் மும்பையில் நடைபெற்ற ஒரு மாபெரும் மாதர் மகாநாட்டுக்கு, அவர்தான் தலைமை தாங்கினார். பின்னர், சென்னை மாநகரத்தில் மாபெரும் மாதர் மாநாட்டைக் கூட்டினார்.

1938இல் சென்னையில் நடைபெற்ற மாதர் மகாநாட்டிலேதான் அதுவரை ஈ.வெ. ராமசாமி அய்யா என்றும், தலைவர் என்றும், மகாராஜ ராஜஸ்ரீமான் என்று அழைக்கப்பட்டு வந்த ஈ.வெ. ராமசாமி அவர்களை மீனாம்பாள் சிவராஜ், இன்று முதல் அவரை நாம் அனைவரும் பெரியார் என்று அழைப்போம் என்பதை ஒரு தீர்மானமாக முன்மொழிந்து, பலத்த கைதட்டல்களுக்கிடையில் ஒரு மனதாக நிறைவேற்றினார்.

ஈ.வெ. ராமசாமிக்குப் பெரியார் என்ற பட்டத்தைத் தமிழ்நாட்டைச் சேர்ந்த பெண்கள்தான் சூட்டினார்கள். அது பல்கலைக்கழகம் வழங்கிய பட்டமும் அல்ல. அவரது தொண்டர்களால் சூட்டப்பட்ட புகழாரமும் அல்ல.

அது பெண்களின் விடுதலைக்காக இயக்கம் கண்டவருக்கு, நன்றி தெரிவிக்கும் வகையில், ஒரு தாய் தன் மகனுக்குச் சூட்டிய பெயராகும். இதைத் தொடர்ந்துதான் அவரைத் தந்தை பெரியார் என்று அழைக்கத் தொடங்கினார்கள்.

ஆக, பெற்றோர் சூட்டிய பெயர் மறந்தே போய்விட்டது. தாய்க்குலம் வழங்கிய அந்த அன்புப் பட்டம்தான் நின்று நிலைக்கிறது.

தந்தை பெரியாரால் ஊக்கம் பெற்றவர்களில் மிக முக்கியமாக கரந்தை தர்மாம்பாள் பெயரைக் குறிப்பிட வேண்டும்.

இவர் ஆயுர்வேத மருத்துவத் துறையில் பெயர் பெற்ற மருத்துவர். அந்தக்காலத்தில் நீதிக்கட்சி தலைவர்களில் ஒருவராகக் கருதப் பட்டவர்.

இவரும் பகுத்தறிவு இயக்க மேடைகளில் பெண்களின் சம உரிமைக்காக முழங்கி வந்தவர்.

இவர்களைப் போலவே அவசியம் குறிப்பிடப்படவேண்டியவர் டாக்டர் முத்துலட்சுமி ரெட்டி அவர்கள். இவர் 1886லே பிறந்தவர்.

இங்கிலாந்தில் உயர்நிலைப் படிப்பையும், மருத்துவப் படிப்பையும் வெற்றிகரமாக முடித்து, டாக்டர் பட்டம் பெற்றுப் பெண்களிலேயே இந்தியாவில் முதல்பெண் டாக்டர் என்ற புகழைப் பெற்றவர் டாக்டர் முத்துலட்சுமி ரெட்டி.

எனவே அவரது புகழும் கீர்த்தியும் நாடெங்கிலும் பரவியது. முற்போக்கான சிந்தனையாளராகவே வளர்ந்தார். அப்போதைய சென்னை மாகாண கவுன்சிலுக்கு இவரை நியமிக்க வேண்டும் என்று நீதிக்கட்சியைச் சேர்ந்த P.T. ராஜன் முன்மொழிந்தார். 1928இல் இவர் மாகாண கவுன்சில் உறுப்பினராக நியமிக்கப்பட்டார்.

சட்டமன்றத்தில் தேவதாசி முறையை அடியோடு ஒழிக்கவேண்டும் என்ற தீர்மானத்தை முன்மொழிந்தார். பலரும் ஆதரித்தனர். ஆனால் தேசிய இயக்கத்தை சேர்ந்த சத்தியமூர்த்தி மட்டும் இந்த முறை மிகப் புனிதமானது. சான்றோர்களாலும், சமய வல்லுனர்களாலும் உருவாக்கப்பட்ட கடவுளுக்கான சேவைமுறை; அது ஆன்மீகம் சம்பந்தப்பட்டது; ஆகம விதிகளுக்கு உட்பட்டது. எனவே அதை மாற்ற அரசாங்கம் முயலக்கூடாது. மத விஷயங்களில் விலகி நிற்க வேண்டும். கடவுள் மீதுள்ள பக்தியைப் பெண்கள் காட்டுவதற்காக இந்த முறை இருக்கிறது. எனவே தீர்மானத்தை எதிர்க்கிறேன் என்று கூறியவுடன் குபீரென எழுந்த டாக்டர் முத்துலெட்சுமி, மதிப்பிற்குள்ள தலைவர் சத்தியமூர்த்தியின் மகளை வேண்டுமானால் தேவதாசியாக அர்ப்பணிக்கட்டும்; மற்றபடி அபலைப் பெண்களைப் பலியிட வேண்டாம் என முன்மொழிந்ததால் அத்தீர்மானம் நிறைவேறியது.

ஆனால் சட்டமாக இயற்றப்படவில்லை. இந்தத் தேவதாசி முறை ஒழிப்புச் சட்டமென்பது 1947லே தான் முறைப்படி சட்டமாக ஆக்கப் பட்டது.

அதற்குமுன்பு பொட்டுக்கட்டும் முறையிலிருந்து விடுபட விரும்பும் பெண்களுக்கு, இழப்பீட்டுத் தொகை, மறுவாழ்வுக்கு உதவி என்ற திட்டங்கள் மட்டுமே சட்டத்தில் இடம்பெற்றன.

பெண்களுக்குத் தேர்ந்தெடுக்கப்படும் எல்லா அமைப்புகளிலும் உரிய பங்கு வேண்டும் என்ற தீர்மானமும், டாக்டர் முத்துலட்சுமியால் முன் மொழியப்பட்டது.

அதே பெண்கள் மகாநாடு 1938இல் இந்தி மொழியை திணிக்க வேண்டாம்; தமிழே ஆட்சி மொழி என்ற தீர்மானத்தையும் நிறைவேற்றியது.

இவர்கள் அனைவருமே பெரியாரின் சுயமரியாதைக் கொள்கைகளிலும், பகுத்தறிவு இயக்கத்திலும் பங்கெடுத்துப் பணியாற்றியவர்கள்.

இதிலே ஈடுபாடு காட்டிய பெரியார், சிக்கன முறையில் சீர்திருத்த திருமணங்களை எவ்விதச் சடங்கும் இல்லாமல், தமிழ்நாட்டில் நடத்துவதையே ஒரு இயக்கமாக மாற்றியவர்.

பழைய சடங்குமுறைகளில் இருந்த மூடத்தனத்தை அம்பலப் படுத்தி விழிப்புணர்வை ஏற்படுத்தியவர். இதையே மேலும் செழுமைப் படுத்தி, சாதி மறுப்பு திருமணங்களைத் தலைமை தாங்கி நடத்தி ஊக்குவித்தார். அத்துடன் கணவனை இழந்த கைம்பெண் என்றழைக்கப் பட்ட விதவைகளுக்கு, தக்க துணை தேடி, மீண்டும் திருமணம் நடத்தி இயல்பாக இயற்கை தந்த முறைப்படி வாழ வழிகாட்டினார்.

இவ்வாறு திருமணம் நடத்துவது, பிறந்த குழந்தைகளுக்குப் பெயர் சூட்டுவது ஆகிய அத்தனையிலும், அறிவுக்குப் பொருத்தமான காரியங்களை மட்டுமே செய்வது என்பதை வாழ்நாள் முழுமையிலும் தன் முழுமுதல் கடமையாக ஏற்று நடத்தி வந்தவர் பெரியார். எனவே சூட்டப்பட்ட பட்டம் பொருத்தமாக ஒட்டிக் கொண்டது.

இந்த வகையில் பெண் விடுதலைக்கான பேரியக்கம் கண்டதில் தந்தை பெரியாரின் அழிக்கமுடியாத தடம் பதிந்திருக்கிறது.

திராவிட இயக்க மாநாட்டின் தீர்மானங்கள்

1929இல் செங்கல்பட்டில் நடைபெற்ற சுயமரியாதை மாநாட்டில் நிறைவேற்றப்பட்ட தீர்மானங்கள்.

ஜாதி பேதம் என்ற தலைப்பில் நிறைவேற்றப்பட்ட தீர்மானம்.

"மக்கள் பிறவியினால் உயர்வு தாழ்வு உண்டு என்ற கொள்கையை இம்மாநாடு அடியோடு மறுப்பதுடன், அதை ஆதரித்தும் மதம், வேதம், சாத்திரம், புராணங்களையெல்லாம் பொதுஜனங்கள் பின்பற்றக் கூடாது என்றும், வருணாசிரமம் என்கின்ற கொடுமையான கட்டுப் பாட்டையும் சமுதாய முறையில் காணப்படும் பிராமணர் சத்திரியர், சூத்திரர், பஞ்சமர் முதலிய ஆட்சேபகரமான பிரிவுகளையும் ஏற்றுக்

கொள்ளக்கூடாது என்றும், மனித நாகரிகத்திற்கும் தேச முன்னேற்றத் திற்கும் தடையான தீண்டாமை என்பதை ஒழித்து, எல்லாப் பொது ரஸ்தாக்கள், குளங்கள், கிணறுகள், பாடசாலைகள், சத்திரங்கள், தண்ணீர் பந்தல்கள் முதலிய பொதுஸ்தாபனங்களைத் தட்டுத் தடங்கலின்றி அனுபவிக்க, சகல ஜனங்களுக்கும் சம உரிமை கொடுக்க வேண்டும் என்று இம்மாநாடு தீர்மானிக்கிறது."

அதே தீர்மானத்தில் ஒரு பகுதியாக,

"மக்கள் தங்கள் பெயர்களோடு சாதி அல்லது வகுப்பைக் காட்டுவதற்காகச் சேர்க்கப்படும் பட்டங்களை விட்டுவிட வேண்டும் என்று இம்மாநாடு பொது ஜனங்களை கேட்டுக் கொள்கிறது.

மேலும் ஜாதி அல்லது சமயப்பிரிவுகளைக் காட்டும் குறிகளை யாரும் அணிந்து கொள்ளக்கூடாது என்றும் மாநாடு கேட்டுக் கொள்கிறது."

திருமணம் குறித்த தீர்மானம் கலியாணம் முதலிய சடங்குகள்

பெண்களின் கலியாண வயது 16க்கு மேற்பட்டிருக்க வேண்டும் என்றும், மனைவி புருசன் இருவரில் ஒருவருக்கொருவர் ஒத்துவாழ இஷ்டமில்லாத போது தம்முடைய கலியாண ஒப்பந்தத்தை ரத்து செய்து கொள்ள உரிமை இருக்க வேண்டும் என்றும், விதவைகள் மறுவிவாகம் செய்து கொள்வதற்கு உதவி செய்ய வேண்டும் என்றும், கலியாணம் செய்து கொள்ள விரும்பும் ஆண்களும் பெண்களும் ஜாதி மத பேதமின்றி தங்கள் மனைவி புருடர்களை தேர்ந்தெடுத்துக் கொள்ள பூரண உரிமை அளிக்கப்படவேண்டும் என்றும், அதற்கேற்றவாறு கலியாண சடங்குகள் திருத்தப்பட வேண்டும் என்றும், கலியாணம் முதலிய சடங்குகள் சொற்பச் செலவில் நடத்தப்பட வேண்டும் என்றும் எக்காரணத்தை முன்னிட்டும் ஒரு நாளைக்கு மேலாக அல்லது ஒரு விருந்துக்கு மேலாவது நடத்தக்கூடாது என்றும் இம்மாநாடு தீர்மானிக்கிறது."

இந்தத் தீர்மானங்கள் 1928ல் நிறைவேற்றப்பட்டவை என்பது கருத்தில் கொள்ளப்பட வேண்டும். பெண்களுக்குச் சம உரிமை வழங்கவேண்டும். மூடப் பழக்கவழக்கங்கள் ஒழிக்கப்பட வேண்டும் என்பன போன்ற அறிவுக்குப் பொருத்தமான வாழ்க்கைக்கும் அவசியமான கருத்துகளை மிகக் கூர்மையாக சுயமரியாதை இயக்கம் எதிர்த்துப் போராடியது; இன்றைக்கும் எவ்வளவு அவசியம் என்பதை நம்மை உணர வைக்கிறது.

அப்போது இருந்த தென்னக ரயில்வேயில் தங்குமிடம் உணவிடம் ஆகியவைகளில் ஆங்கிலேயர்களுக்கும், பிராமணர்களுக்கும் தனி இடம் ஒதுக்கப்பட்டிருந்தது.

அங்குப் பட்டம் பெற்ற பணச் செல்வாக்குள்ள மற்ற சாதியினர் கூட, நுழைய முடியாது என்ற வழக்கம் இருந்தது.

இதை எதிர்த்து 1928இல் சுயமரியாதை இயக்கம் நிறைவேற்றிய தீர்மானம்.

"ரயில்வே அதிகாரிகள் தங்கள் வசத்திலும், மேற்பார்வையிலும் உள்ள சாப்பாட்டுச் சாலைகளிலும், சிற்றுண்டிச் சாலைகளிலும், சாதி மதம் வகுப்பு நிறம் முதலியவற்றைப் பொறுத்து, எவ்வகையிலும் வேற்றுமையாகப் பிரயாணிகளைப் பாராட்டாமல் இருப்பதற்குரிய நடவடிக்கைகளை உடனே கைக்கொள்ளுமாறும், இந்த இழிவான வேற்றுமையை ஒழிக்க ரயில்வே ஆலோசனைக் கமிட்டியாரும் இந்திய சட்டசபை மெம்பர்களும் ஏற்பாடுகள் செய்யுமாறு இம்மாநாடு கேட்டுக்கொள்கிறது."

இந்தத் தீர்மானத்தின் அடிப்படையில் பெரியார் நடத்திய போராட்டத்தின் விளைவாக 1930 முதல் பிராமணர்களுக்கென்று ஒதுக்கப்பட்டிருந்த தனியறை அனைவருக்குமாக திறக்கப்பட்டது.

இதனை மேலும் விரிவுபடுத்த, பெரியார் தொடங்கிய சாதிப் பெயர், குறிப்பிட்ட உணவு விடுதிகள் பெயர் பலகையை நீக்க வேண்டும் என்ற போராட்டத்தால், தமிழ்நாடு முழுவதிலும் பிராமணாள் ஹோட்டல் என்று இருந்த பெயர்ப் பலகைகள் முற்றாக அகற்றப்பட்டு விட்டன.

அதேபோல் அரசியல் கட்சித் தலைவர்கள், வேறு மாநிலங்களில் இருப்பதுபோல, தமிழ்நாட்டில் தலைவர்களின் பெயர்களுக்குப் பின்னால், சாதி மதப் பிரிவுப்பட்டம் சூட்டப்படுவது கைவிடப்பட்டது.

இவையனைத்தும் பெரியார் என்ற தனிமனிதனின் சிந்தனையி லிருந்து அறிவு ஊற்றாகப் பெருக்கெடுத்து, தமிழ்நாட்டில் குறிப்பிடத் தக்க விழிப்புணர்வை ஏற்படுத்தியது என்பது பாராட்டத்தக்கதாக இருக்கிறது.

அதே மாநாட்டுத் தீர்மானத்தில் தொழிலாளர்களின் வேலை நிறுத்தப் போராட்டத்தை ஆதரிக்கும் ஒரு தீர்மானம் நிறைவேற்றப் பட்டுள்ளது.

"தென்னிந்திய ரயில்வே வேலை நிறுத்தத்தில் சம்பந்தப்பட்டதற்காகத் தண்டிக்கப்பட்டிருக்கும் தொழிலாளர் தலைவர்களை சர்க்கார்

நியாயமாக நடத்த வேண்டும் என்றும், அவர்களை ஏ வகுப்பு சிறைவாசிகளாக மாற்றவேண்டும் என்றும் இம்மாநாடு கோருகிறது."

"இதேபோன்று விதவைகளைத் திருமணம் செய்து கொள்ள இளைஞர்கள் முன்வரவேண்டும் என்றும், எல்லாக் கூட்டங்களிலும் ஆரம்பத்திலோ, முடிவிலோ ராஜவணக்கம், தலைவர் வணக்கம் கடவுள் வணக்கம், ஆகியவைகளைச் செய்யும் வழக்கத்தை விட்டுவிட வேண்டும் என்றும் இம்மாநாடு கேட்டுக் கொள்கிறது."

1928 மகாநாட்டில் நிறைவேற்றப்பட்ட தீர்மானங்களுள் நம் கவனத்தை ஈர்க்கக்கூடிய இன்றைக்கும் எல்லோரும் சிந்திக்க வேண்டிய ஒரு முக்கிய தீர்மானம் நிறைவேற்றப்பட்டிருக்கிறது.

அதாவது, அரசாங்கத்தில் உள்ள எந்த உத்தியோகத்திற்கும் மாதத்திற்கு 1000 ரூபாய்க்கு மேல் சம்பளம் இருக்கக்கூடாது என்று இம்மாநாடு தீர்மானிக்கிறது என்ற ஒரு தீர்மானமும் நிறைவேற்றப் பட்டுள்ளது.

மாத ஊதியத்திற்கு உச்சவரம்பு விதிக்க வேண்டும் என்பதைப் போல், குறைந்த ஊதியத்தையும், குடும்பம் நடத்துவதற்கு ஏற்ப தீர்மானிக்க வேண்டும் என்ற கருத்தும், தீர்மானத்தில் முன்மொழியப் பட்டுள்ளது.

இன்னொரு முக்கியமான தீர்மானம், தொடக்க கல்விமுதல் உயர்நிலைப் படிப்பு வரை, அரசாங்கம் கல்வியை இலவசமாக கட்டாயமாக வழங்கவேண்டும். பட்டப்படிப்பு முதுகலைப் படிப்பு ஆகியவற்றுக்குச் செலவிடும் பணத்தை நிறுத்திவிட்டு, கிராமப்புற பள்ளிக் கூடங்கள் கல்வி நிலையங்கள் அமைக்கவேண்டும் என்றும் ஒரு தீர்மானம் நிறைவேற்றியுள்ளது.

இன்னொரு தீர்மானம், எதிர்கால வாழ்க்கையை உணர்ந்து கொள்ள முடியாத சிறுமிகளைக் கடவுளின் பெயரால் பொட்டுக் கட்டி பொருளுக்காக நிர்பந்தக் காதலில் ஈடுபடுத்தும் அநாகரிகமான பழக்கத்தை ஒழிக்க இளைஞர்களும் முன்வருவதோடு, விபச்சாரத்திற்கு அடிப்படையாய் அர்த்தமற்ற முறையில் கட்டப்பட்ட பொட்டுக்களை அறுத்றெிந்துவிட்டு முன்வரும் சகோதரிகளை ஆதரித்து, திருமணம் செய்துகொள்ள இளைஞர்கள் முன்வரவேண்டும் என்று இம்மாநாடு தீர்மானிக்கின்றது.

மேலும் இழிதொழிலாகிய விபச்சாரத்துக்கு விளம்பரமாய் ஆடல் பாடல் சங்கீதம் முதலியவைகளைப் பழக்கிக் கொண்டு ஜீவனம் செய்ய கடவுளின் பெயரால் பொட்டுக்கட்டிக்கொண்டு விபச்சார விடுதிகளை

அபிவிருத்தி செய்து வரும் தேவதாசி சகோதரிகளை எந்த விசேடத்திற்கும், ஜனசமூகம் அழைக்கக்கூடாது என்றும், இம்மாநாடு கேட்டுக் கொள்கிறது.

இதுபோல 1931இல் சர்.ஆர்.கே. சண்முகம் செட்டியார் தலைமையில் விருதுநகரில் நடைபெற்ற சுயமரியாதை மகாநாட்டில் மதபேதங்களைக் கண்டித்தும், மதவெறி இயக்கத்தைக் கண்டித்தும் பார்ப்பனிய ஆதிக்கத்தை எதிர்த்தும், இந்தித் திணிப்பை எதிர்த்தும் தீர்மானங்கள் நிறைவேற்றப்பட்டுள்ளன.

அதே 1931இல் பெண்களின் இரண்டாவது சுயமரியாதை மாநாடு நடைபெற்றுள்ளது. அதிலும் தேவதாசி சட்டத்தை அமுலுக்குக் கொண்டுவர வேண்டும் என்றும், விபச்சார விடுதிகளை ஒழிக்க வேண்டும் என்றும், பொட்டுக் கட்டுவதைத் தடை செய்யவும் தீர்மானங்கள் நிறைவேற்றப்பட்டுள்ளன.

அதே 1931இல் வாலிபர் மாநாடும் நடைபெற்றுள்ளது. அதில் இளைஞர்கள் சுயமரியாதையோடு வாழ சுயமாகச் சம்பாதிக்க வேண்டும் என்றும், அதே வேளையில் சமூக சேவை செய்ய யாருடைய உதவியும் எதிர்பாராமல், சொந்த பலத்தில் வாழ்ந்து கொண்டு சேவை செய்ய வேண்டும் என்றும், ஒரு தீர்மானம் நிறைவேற்றப்பட்டுள்ளது.

1932இல் சுயமரியாதை இயக்க சமதர்ம கட்சியின் வேலைத் திட்டம் என்பது அறிவிக்கப்பட்டது.

இந்த அமைப்பின் வேலைத்திட்டம் தந்தை பெரியார், சிந்தனைச் சிற்பி சிங்காரவேலர், தோழர் ஜீவா ஆகியோர் சேர்ந்து தயாரித்து கூட்டாக உருவாக்கிய வேலைத்திட்டம் ஆகும். அதில் முதல் தீர்மானமாக

1. பிரிட்டிஷ் முதலிய எந்தவித முதலாளித்தன்மை கொண்ட ஆட்சியிலிருந்தும் இந்தியாவைப் பூரண விடுதலை அடையச் செய்வது

2. தேசத்தின் பெயரால் கொடுக்கப்பட வேண்டிய கடன்களையும் ரத்துச் செய்வது

3. எல்லாத் தொழிற்சாலைகளையும், ரயில்வேக்களையும், பாங்கி களையும், கப்பல், படகு, நீர்வழி போக்குவரத்து சாதனங்களையும் பொதுமக்களுக்கு உரிமையாக்குவது

4. எந்தவிதமான பிரதி பிரயோசனமும் கொடுபடாமல் தேசத்தில் உள்ள எல்லா விவசாய நிலங்களையும், காடுகளையும், மற்ற

தாவரச் சொத்துக்களையும் பொது ஜனங்களுக்கு உரிமை யாக்குவது.

5. குடியானவர்களும் தொழிலாளர்களும் லேவாதேவிக்காரரிடம் பட்டிருக்கும் கடன்களையெல்லாம் செல்லுபடியற்றதாக ஆக்கிவிடுவது, அதற்கான ஒப்பந்தங்களை ரத்துச் செய்துவிடுவது.

6. சுதேச சமஸ்தானங்கள் என்பவைகளை எல்லாம் மாற்றி இந்தியா முழுவதையும், தொழிலாளிகள், குடியானவர்கள், சரீர வேலைக் காரர்கள் என்பவர்களுடைய நேரடியான ஆட்சிக்குக் கொண்டு வருவது.

7. தொழில் செய்பவர்கள் ஏழு மணி நேரத்துக்கு மேல் வேலை செய்யக்கூடாது என்பதுடன், அவர்களுடைய வாழ்க்கை நிலை உயர்த்தப்படுவது தொழிலாளிகளுக்குக் கூலியை உயர்த்தி அவர்களது சுகவாழ்க்கைக்கு வேண்டிய சௌகரியங்களையும், இலவச நூல் நிலையங்களையும், வசதிகளையும் ஏற்படுத்துவதுடன், தொழில் இல்லாமல் இருக்கின்றவர்களை, சர்க்கார் போஷிக்கும்படி செய்வது என்பவை, சுயமரியாதை இயக்கத்தின் அடிப்படை லட்சியமாகும். என்று பிரகடனப்படுத்தப்பட்டது. இதற்காகச் சுயமரியாதை இயக்கத் தாருக்குள் சமதர்ம கட்சி (Socialist Party) என்பதாக ஒரு அரசியல் பிரிவை ஏற்படுத்தி, அடியில் கண்ட திட்டத்தை வகுத்து, அதன் மூலம் பரிகாரம் தேடுவது என்று மாநாடு தீர்மானிக்கிறது.

இதன்பிறகு 1934இல் நடைபெற்ற மாநாடு 4-8-1940இல் திருவாரூரில் பெரியாரின் தலைமையில் நடந்த தென்னிந்திய நலவுரிமைச் சங்கத்தின் 15வது மாநாடு நிறைவேற்றிய தீர்மானம்.

27-8-44இல் சேலம் மகாநாட்டுத் தீர்மானம். அதில்தான் திராவிடர் கழகம் என்ற பெயர் மாற்றம் தீர்மானிக்கப்பட்டது.

திராவிடநாடு பிரிவினை கோரிக்கையும் நிறைவேற்றப்பட்டது.

அதன்பின்னர் 29-9-45இல் திருச்சி புத்தூர் மைதானத்தில் 17வது திராவிடர் கழக மாநாடு நிறைவேற்றிய தீர்மானங்கள்.

1948இல் தூத்துக்குடியில் நடைபெற்ற 18வது மாநாடு நிறைவேற்றிய தீர்மானங்கள்.

24-10-48இல் அண்ணாதுரை அவர்கள் தலைமையில் நடைபெற்ற ஈரோடு மாநாட்டு தீர்மானங்கள்.

ஆகியவற்றைத் தொடர்ந்து படித்தால், சமூக சீர்திருத்தத்திற்குப் பெரியார் முன்னுரிமை கொடுத்திருப்பது தெரியும்.

பொதுவாகப் பொருளாதாரச் சீர்திருத்தங்களை அதேபோல அரசியல் சட்டத் திருத்தங்களை வரவேற்கும் பலர், தங்கள் சொந்த வாழ்வில் கடைப்பிடிக்கப்பட்டுவரும் கண்மூடித்தனமான பழக்கங்களைக் கைவிட முன்வருவது இல்லை.

பிறருக்குச் சீர்திருத்தம் கூறும் பலர், தங்கள் வீட்டில் பெண்களுக்கு உரிமைகளை வழங்குவது இல்லை.

எனவேதான், திருத்தம் என்பது தனிமனிதன், தன்னையும் திருத்திக் கொண்டு, தன் குடும்பத்தையும் செம்மைப்படுத்த வேண்டும் என்று பெரியார் கருதியதில் நியாயம் இருக்கிறது.

பொருளாதாரச் சமத்துவத்திற்காக புரட்சி முழக்கம் எழுப்புவோர் கூட, பழக்கவழக்கத்திற்குச் சமூகத்தின் கட்டுப்பாட்டுக்கு அடிமைப் பட்டவர்களாகவே இருக்கிறார்கள்.

எனவே அவர்களை Slaves of habits அதாவது பழக்கத்தின் அடிமைகள் என்று சொல்லலாம்.

குடிபோதையில் பழகியவன் மாதிரி, புகை பிடிப்பவன் அதற்கு அடிமை ஆகிவிடுவது மாதிரி, அதைவிட மோசமானது பயங்கரமானது சிந்தனையால் அடிமைப்படுவது.

அந்தச் சிறையை உடைக்க முற்பட்டவர்தான் பெரியார்.

சுருக்கமாகச் சொன்னால் புதியதோர் உலகம் படைக்கப் புதிய மனிதர்களை உருவாக்க முயன்றிருக்கிறார் என்பது தெளிவாகிறது. அது தற்போது மதவாதக் கருத்துடையோர், ஆட்சி அதிகாரத்தைப் பயன்படுத்தி, தங்களது செத்துப்போன கருத்துக்களுக்கு உயிரூட்டுவதற்காக, உயிருள்ள சிந்திக்கும் மனிதர்களை மர்ம நபர்களைக் கொண்டு கொன்றுவரும் நிகழ்ச்சிகளைக் காணும்போது, பெரியாரின் முயற்சிகள் சிறந்தவை என்பதையும், அவை இன்று தேவை என்பதையும் நன்கு உணர்த்தும்.

தந்தை பெரியார் பொதுவுடைமைக் கருத்தை ஆரம்பகாலம் முதலே வரவேற்றவர். அதனைப் பல வழிகளிலும் பரப்பியவர்.

இந்திய கம்யூனிஸ்ட் கட்சிக்கு வரவேற்பும், பாராட்டும் தரக்கூடிய வகையில், மார்க்சால் எழுதப்பட்ட கம்யூனிஸ்ட் அறிக்கையை தமிழில் மொழிபெயர்த்து அச்சிட்டு வெளியிட்டவர் தந்தை பெரியார் ஆவார்.

சோவியத் நாட்டுக்கு (1931-32)இல் சுற்றுப்பயணம் செய்துவிட்டு வந்து தமிழ்நாடு முழுமையிலும் சமதர்ம பிரச்சாரம் செய்தவரும் பெரியார் தான்.

அவர் மேடைகளில் குழந்தைகளுக்குப் பெயர் சூட்டும்போது ரஷ்யா, லெனின், ஸ்டாலின், மார்க்ஸ், மாஸ்கோ என்றெல்லாம் பெயர் சூட்டியதுடன், அவற்றைப் பற்றி விளக்கம் கொடுத்தும் வந்தார்.

1948இல் கம்யூனிஸ்ட் கட்சி தடை செய்யப்பட்ட போது அத்தடைச் சட்டத்தை எதிர்த்து அறிக்கை விட்டவர்; தொடர்ந்து கண்டித்தவர் பெரியார். அதன்பின் 1952இல் நடைபெற்ற முதல் பொதுத் தேர்தலின் போது, கம்யூனிஸ்ட் கட்சியின் வேட்பாளர்களுக்குப் பெரியார் திராவிடர் கழகத்தின் ஆதரவை முழுமையாக வழங்கினார்.

இருப்பினும், பல அரசியல் திருப்பங்களின் காரணமாக இந்திய கம்யூனிஸ்ட் கட்சியும், திராவிடர் கழகமும், விமர்சித்துக் கொண்ட மோதிக் கொண்ட காலமும் வந்தது. ஆனால், தற்பொழுது இந்தியாவில் வகுப்புவாத கார்ப்பரேட் உலக முதலாளித்துவ தாக்குதலோடு மனித உரிமைகள் அனைத்தும் மிதித்து அழிக்கப்படும் இன்றைய சூழலில் பெரியார் பரப்பி வந்த பகுத்தறிவுக் கொள்கைப் பதாகையை நாட்டைக் காக்க விரும்பும் மக்களுக்கு நல்லது விரும்பும் அனைவரும் தூக்கிப் பிடிக்கவேண்டிய வரலாற்றுக் கடமை வந்துள்ளது.

அவரைத் தந்தை என்றழைப்பதில், நம் நாக்கு மகிழ்ச்சியடைய வேண்டும். அவர் சேவையால் காட்டிய நல்வழியால், பெரியார் எனும் பெயருக்கு உரிய பெரியாராகத்தான் மறைந்தார். எனவே நம் நெஞ்சில் வாழ்கிறார்.

தாய் சூட்டிய பெயர்!

ஈ.வெ. ராமசாமி எனும் பெரியார் நடத்திய இயக்கங்களில் முதன்மைப் பெருமை பெற்றது, பெண்களின் விடுதலை உரிமைகளுக்காக இடைவிடாது செய்த பிரச்சாரமும், நடத்திய இயக்கமும் 1920களிலேயே மகத்தான விழிப்பை ஏற்படுத்தியது. சட்டம் இயற்ற வைத்து வெற்றியையும் ஈட்டியது.

- இந்திய நாட்டில் சனாதனிகள் பெண்களை, குடும்பத்திற்கு சமையல் செய்பவராகவும், தாய், தந்தை, தனயருக்குப் பணிவிடை செய்பவராகவும், கணவருக்கு உடல் உறவு கொள்ளவும், குழந்தைகள் பெற்றுத் தரவும், பிறப்பெடுத்தவர்கள் எனும் கருத்தே சமுதாய விதியாக இருந்தது.

- பெண்களுக்குக் கல்வி தேவை இல்லை. பெண்கள் ஏட்டைத் தொடுவதும் தீட்டு எனக் கூறி வந்தனர்.

- பழமொழியிலேயே சொத்துக்கு வாரிசாக மகன் - ஆசைக்குப் பெண் என்றும் கூறி சொத்துரிமை இல்லாதும் செய்தனர். திருமணச் சடங்கு முடித்து, பாத்திர பண்டங்களோடு உதறித் தள்ளி விடுவது வழக்கமாக இருந்தது.

- கற்பு என்ற பெயரால் பெண்களுக்குக் கட்டுப்பாடு போடப் பட்டது.

பெண்ணின் ஒப்புதல் பெறாமலே, மாப்பிள்ளை பார்த்து, குழந்தைப் பருவத்தில் திருமணம் செய்து முடிப்பது வாடிக்கையாக இருந்தது.

- இலக்கியங்களில், நாணம், மடம், அச்சம், பயிர்ப்பு ஆகிய பண்பு களை உடையவரே பெண்கள் - மற்றெல்லோரும் ஆண்களோடு அடைவு அம்மா! எனவும் பாடப்பட்டது.

- பெண்ணுக்கு மட்டும் கற்பு எனும் தங்கச் சங்கிலியால் விலங்கிடப்பட்டது. ஆணுக்கோ, "கோல் காணாக்கண்ணே போல், கொங்கண் பழி காணேன் கண்ட இடத்து" என்பது ஆணுக்கொரு நீதி- பெண்ணுக்கு இல்லை என்பதை உறுதி செய்தது.

- அறிவின் சிகரத்தைத் தொட்டு, முதல் பேராசிரியையாகத் திகழ்ந்தவர் ஔவையார். மன்னர்களின் நன்மதிப்பைப் பெற்றவர். அறவுரை பகன்றவர். ஆட்சியாளர்கட்கே புத்தி புகட்டியவர்... அதே போன்று தமிழ் இலக்கியப் படைப்பால் புகழ்பெற்ற காக்கைப் பாடினியார், காரைக்கால் அம்மை, ஆண்டாள் என நீளும் அறிவுச் சுடர்கள் பிறந்த மண்ணில், பெண்களின் கண்ணைக் குத்திக் குருடாக்கியது மூடச் சமூகம்.

பெற்றெடுக்கும் தாய்க் குலத்தைப் போற்றிப் பாதுகாக்க வேண்டிய, அவர்கள் பெற்றெடுத்த பிள்ளைகளே, அவர்களில் ஒரு பிரிவினரை, வரைவு மகளிர், பொது மகளிர், விலை மகளிர், தாசிகள், வேசிகள் எனப் பல பெயர்கள் சூட்டி, காம வேட்டைக்குப் பலி ஆடுகளாக ஆக்கியது இந்தக் கோர சமூகம்.

கொடுமையின் கொடுமுடியாக, இளம் பெண்களைத் திருக்கோயில் களின் திருப்பணிக்காக, கடவுளுக்குச் சேவை செய்ய அர்ப்பணித்து, கோயில் பராமரிப்பில், தேவதாசி, என்ற பட்டத்துடன் 'பொட்டுக் கட்டி' ஒப்படைத்தனர். அது ஒரு பரம்பரை ஆயிற்று. அவர்களில் பலர் இசை, நடனக் கலையில் தேர்ந்து புகழ்பெற்றனர். பெரும்பாலும் நிலக்கிழார்கள், ஆதினங்களின் அந்தரங்க அந்தப்புர கிளிகள் ஆக்கப் பட்டனர். கபட சந்நியாசிகளின் திரைமறைவு திருவிளையாடல் களுக்குப் பலியானது பெண்ணினம்; பெண்ணாய்ப் பிறந்த ஒரே குற்றத்திற்காக!

அவர்தம் அழுகுரல், குமுறல் எவர் காதிலும் பட்டதாகத் தெரியவில்லை. தெய்வீக சேவை எனச் சந்தனம் பூசி, பட்டுத் திரை போட்டு, விபச்சாரம் விதி ஆக்கப்பட்டது - ஆண்டவன் சன்னதியில்!

ராஜாராம் மோகன் ராய் போன்றோர் பால்ய விவாகத்தைத் தடை செய்ய இயக்கம் நடத்தினர்.

கணவன் இறந்தவுடன் விதவை ஆக்கப்பட்ட பெண்ணையும் உடன் கட்டை ஏற்றிச் சுட்டெரிக்கும் கொடிய வழக்கத்தைத் தடை செய்யக் கோரியும் மோகன்ராய் குரல் கொடுத்தார்...

ஆனாலும், நாடு முழுவதிலும் சரி பாதியாக இருந்த பெண் இனம், அடிமைப்பட்டிருந்த நாட்டில், ஒவ்வொரு வீட்டிலும் அடிமைகளின் அடிமைகளாகவே வாழ நேரிட்டது.

பட்ட துன்பங்கள் விவரிக்க முடியாதவை; அனைத்து அவமானத்தையும் சகித்து வாழ்ந்து வந்தார்கள்.

பெண்கள் இல்லாமல் உணவு அருந்த முடியாது. குழந்தைகள் பெற முடியாது என்பதால், உயிரோடு நடமாட விட்டு வைத்திருந்தது இந்த ஒப்பரிய சமுதாயம்.

அதேசமயம், போலித்தனமாக ஈசனின் இடப்பாகமே பராசக்தி தாய் என்றும் பசப்பினார்கள். மொழியை நாட்டை, தாய்மொழி தாய் நாடு என்றார்கள். நதிகட்குத் தாய்மாரின் பெயரைச் சூட்டினார்கள். வீட்டிலோ சூடுபோட்டு கட்டி வைத்தார்கள்.

இந்தியநாடு எனும் உபகண்டம் 1947இல் அரசியல் விடுதலை பெறுவதற்கு, 27 ஆண்டுகட்கு முன்னர்,

- இந்தியா குடியரசு எனப் பிரகடனம் செய்யப்படுவதற்கு முன்னர்.

- இந்திய அரசியல் சட்டம் நிறைவேற்றப்படாமல், மாண்டோ மார்லி சீர்திருத்த பரிந்துரைப்படி இயங்கிய மாகாண அரசாங்கம் இருந்த போது,

- ஆயிரக்கணக்கான ஆண்டுகளாகச் சமூக சிந்தனையால் படிந்தும், வாழ்க்கையில் மீறப்பட முடியாத விதிமுறைகளாகவும் இருந்தபோது,

- இருண்ட கண்டம் என இழித்தும் பழித்தும் அழைக்கப்பட்ட காலத்தில்,

- 1920இல், தமிழ் நாட்டில், தாய்க்குலம் போர்க்கோலம் பூண்டு எழுந்து, "தேரா மன்னா செப்புவது உடையேன்" - 'கேள்' என முதல் புரட்சி முழக்கத்தை, பூமி குலுங்க எழுப்பியது. கண்மூடிக்கிடந்த பழமைச் சாக்கடையில் மண்டிக் கிடந்த சமூகம், விழித்துப் பார்க்க நேரிட்டது.

அந்த அதிசய, அற்புத, முதல் முழக்கத்தை திராவிட இயக்கத் தாய்மார் எழுப்பினார்கள். எழுப்பிட உசுப்பியவர் பெரியார்.

மூவலூர் ராமாமிர்தம் அம்மையார், மிகவும் தாழ்வாக, அருவருப்புடன் பார்க்கப்பட்ட நடத்தப்பட்ட தேவதாசி குடும்பத்தில் 1883ஆம் ஆண்டு பிறந்தார். அந்தக் குப்பையிலிருந்து அருமருந்தென அறிவு மூலிகையாகப் பிறந்தார் ராமாமிர்தம் அம்மையார் - அவரது வாழ்க்கையே பாடமாக, வரலாற்று வரிகளாக மாறி விட்டன.

தேவதாசி முறையை ஒழித்திட பிரச்சாரம், இயக்கம், மாநாடு என இடைவிடாது இயக்கம் கண்டவர். அவரது அயராத முயற்சி பலனைத் தந்தது.

"ஊழையும் உப்பக்கம் காண்பர் உலைவுஇன்றித்
தாழாது உஞற்று பவர்".

என்று வள்ளுவரே கூறிய படி,

"எண்ணிய எண்ணியாங்கு எய்துப எண்ணியார்
திண்ணியர் ஆகப் பெறின்"

என்ற குறட்பாவுக்கு ஏற்ப,

இருண்ட இருள் கம்மிய பூமியில், அறிவுச் சுடர் ஏற்றுவதில் வெற்றி கண்டது இந்தத் தமிழகம்- அன்றைய சென்னை மாகாணம்- 1920களில்.

"அணிசெய் காவியம் ஆயிரம் கற்கினும் ஆழ்ந்திருக்கும் கவியுள்ளம் காண்கிலார்"

பெரியார் நீதிக் கட்சியை ஆதரித்ததும், நீதிக்கட்சி வெள்ளையர் ஆட்சியை ஆதரித்ததும், சுதந்திரப் போராட்டத்திற்கு எதிரான ஒரு எதிர்ப்புரட்சி நடவடிக்கையாக முற்போக்காளர்களால் கருதப் பட்டது.

இதேபோன்ற குற்றச்சாட்டு அம்பேத்கர் மீதும் சுமத்தப்படு கிறது. அம்பேத்கர் தாழ்த்தப்பட்ட குலத்திலேயே பிறந்தவர். அவர் அறிவுத்திறனால் போராடி முன்னுக்கு வந்தவர். அவர் பட்டம் பெற்று சிறந்த வழக்குரைஞராக ஆன பிறகும் கூட, சக வழக்குரைஞர்கள் அவரை ஒரு சக மனிதராக மதிக்காமல் தொடாமலும் அருவருப்பாகப் பேசியும் அவரை அவமதித்து வந்தனர். அவர் மாணவராக இருந்தபோது மாட்டு வண்டியில் ஏற்றிச் சென்றவன், அவர் என்ன சாதி என்று கேட்டு அறிந்தவுடன் வண்டியை விட்டு இறக்கி விட்டான். வண்டியை அவர் கண் முன்னாலேயே தண்ணீர் ஊற்றிக் கழுவினான்.

அவர் பாரிஸ்டர் பட்டம் பெற்றுத் திரும்பிய பின், பரோடா மன்னரிடம் உயர் பதவியும் பெற்றார். ஆனால் அந்தப்பதவி பட்டம் இருந்தும், அவர் தங்கியிருந்த விடுதியில் அவரது சாதியைத் தெரிந்தவுடன் விடுதிக்காரர் அவரை அறையை விட்டு வெளியேறச் சொன்னார்.

நீதிமன்றங்களில் வழக்குரைஞர்கள் வாதிடும் போது நீதிபதியை மைலார்ட் என்றும், எதிர்தரப்பில் வாதிடும் வழக்குரைஞரை "மை பிரதர்" என்றும் அழைப்பது வழக்கம்.

ஆனால் அவர் நீதிமன்றத்தில் வாதிட்ட வழக்குகளில் எதிர்தரப்பு வக்கீல்கள் உயர் சாதியினராய் இருந்ததால், மை பிரதர் என்று அழைக்கவேயில்லை. வழக்குரைஞர்களின் அறையில் சமமாக உட்காருவதும் இல்லை. இது அவர் இந்திய அரசியல் சட்டத்தை வரையும் குழுவிற்கு ஒருங்கிணைப்பாளராக இருந்தபோதும் அக்குழுவில் இடம்பெற்றிருந்த உயர் சாதியினர், அவருடன் சமமாகப் பழகி விவாதித்து ஒத்துழைக்கவில்லை. அதைவிட அம்பேத்கர் எழுதிய தகவல்களை எடுத்துச்சென்று பிற உறுப்பினர்களுக்கு வழங்க

நியமிக்கப்பட்டிருந்த பணியாட்களும்கூட அம்பேத்கர் எழுதிய கடிதத்தைக் கையால் தொடாமல் குச்சிகளை வைத்து தூக்கிக்கொண்டு போவதைக் கண்டார்.

இவ்வாறு வாழ்க்கையின் ஒவ்வொரு திருப்பத்திலும், இந்திய உயர் சாதியினர் தன்னை மட்டுமல்ல, பார்ப்பனர் அல்லாத அனைத்துச் சாதியினரையும் இழிவாக நடத்துவதைக் கண்டு மனம் நொந்தவர்தான் அம்பேத்கர்.

இதற்கான மூலகாரணத்தைத் தெரிந்துகொள்ள அவர் வடமொழி யையும் கற்றுத் தேறினார். உயர்சாதியினர் மேற்கோள் காட்டிய சாத்திரங்கள் அனைத்தையும் படித்தார்.

அறிஞரான அம்பேத்கருக்கு, அவற்றின் போலித்தனம் புரட்டு வேலை பொய்யுரை அனைத்தும் புலப்பட்டது.

அதே காலத்தில் அவர் இந்திய நாட்டை அடிமைப்படுத்திய ஆங்கிலேய அதிகாரிகள், ஆசிரியர்கள், பாதிரியார்கள் ஆகியோருடன் பழகும்போது அவர்கள் அதிகாரத்தில் இருந்தாலும், மனிதர்களாக நடந்துகொள்கிற, அம்பேத்கரை மனிதனாக மதித்து நடத்துகிற முறையைப் பார்த்து வியந்து போனார்.

வெள்ளையர்களோ வேறு மதத்தைச் சார்ந்தவர்கள். அவர்கள் துதிக்கும் கடவுள் படிக்கும் வேதம் எல்லாம் வேறானவை. ஆனால் அவர்கள் தாழ்த்தப்பட்டோரையும் தொடுகிறவர்கள். சமமாக உட்கார வைக்கிறார்கள். பேசுகிறார்கள். எல்லாவற்றுக்கும் மேலாக வந்த வெள்ளைப் பாதிரியார்கள் பள்ளிக் கூடங்களைக் கட்டிச் சேரியில் பிறந்த தாழ்த்தப்பட்ட பிள்ளைகளைப் பள்ளியில் சேர்த்து படிக்கவைத் தார்கள்.

இந்தியாவில் குருகுலம் என்று அமைத்து, அங்குப் பார்ப்பனர்கள் மட்டுமே பயிலக் கல்வி கற்பிக்கப்பட்டது. தற்போது அந்நியர்கள் நம் குழந்தைகளைத் தம் குழந்தைகள்போல் படிக்க வைக்கிறார்கள். நடத்துகிறார்கள் என்பதைக் கண்ட அம்பேத்கர், அவர்கள்மீது கொண்ட வெறுப்பைக் குறைக்க நேரிட்டது. நேர்மாறாக அவர்களை மதிக்க அவரது மனம் முற்பட்டது.

வெள்ளைக்கார நண்பர்கள், பிராமண வழக்குரைஞர்கள் அரசு அதிகாரிகளுடன் பழகும் போது கைகுலுக்குவது, சமமாக ஒரே மேசையில் உட்காருவது போன்றவற்றை கடைபிடித்தார்கள். வெள்ளை அதிகாரி ஒருவர், பிராமண வழக்கறிஞரிடம் நான் நீங்கள் கும்பிடுகிற சாமியை கும்பிடுகிறவன் அல்ல; நீங்கள் போகும்

கோவிலுக்கு நான் போவது இல்லை. நான் மாட்டுக்கறி பன்றிக்கறி எல்லாம் சாப்பிடுகிறவன். மதுவும் குடிப்பவன். இருந்தும் என் கையைக் குலுக்கினீர்கள். என்னுடன் சமமாக உட்கார்ந்து சாப்பிடு கிறீர்கள். ஆனால் நீ கும்பிடுகிற சாமியையே கும்பிடுகிற கோடானு கோடி மக்களைத் தொடவும் மாட்டேன் என்கிறாய். அவர்களுடன் பேசவும் மாட்டேன் என்கிறாய். அவர்கள் மாமிசம் சாப்பிடுவதாக கண்டிக்கிறாய். ஆனால் என்னிடம் காட்டும் அன்பை அவர்களிடம் காட்டாமல் அடிமைபோல் நடத்துகிறாயே! ஏன் என்று கேட்ட விவாதத்தை அம்பேத்கர் தன் காதால் கேட்டறிந்தார்.

ஆக, புனிதம் என்ற பெயரால் இவர்கள் போலித்தனமாக இந்திய மக்களையே அடிமைப்படுத்தியவர்கள். இவர்கள் அந்நிய ஆட்சியாளர் களைவிடப் படு மோசமானவர்கள். வெள்ளையர்கள் குற்றம் செய்த மக்களை மட்டும்தான் தண்டிக்கிறார்கள். ஆனால் இந்திய உயர் சாதியினர், பல கோடிப் பேரைப் பிறப்பதற்கு முன்பே செய்யாத குற்றங் களுக்குச் சாகும் வரை தண்டனை வழங்கி வருகிறார்கள்.

இயற்கை தந்த தண்ணீரைக்கூட குளத்தில் ஆடு மாடு குடிக்கிறது. ஆனால் தாழ்த்தப்பட்டார் தொட்டால் அடிக்கப்படுகிறான். எனவே எங்களுக்கு இவர்களிடமிருந்து முதலில் விடுதலை வேண்டும். எங்களுக்குக் கதவைத் திறந்துவிட்டு, பள்ளியில் படிக்க அனுமதித்த வெள்ளையனே இவர்களைவிட நல்லவன். அவன் நாங்கள் முன்னேற படிக்க வைத்தான். அவன் கோயிலுக்குள் எங்களை அழைத்துச் செல்கிறான்.

எனவே, இருவரில் நாங்கள் உயர்சாதியினரை அதிகமாக வெறுப்பதோடு, அவர்களது ஆதிக்கத்தை முறியடிக்க வெள்ளையர் களின் உதவியையே நாடவேண்டியதாகிவிட்டது. அவர்கள்தான் எங்களுக்கு படிக்க இடம் தந்தார்கள். படித்து முடித்தால் சில வேலை களைக் கொடுத்தார்கள். பல ஆண்டுகளுக்குப் பிறகு எங்கள் மனிதர் களும் அரசாங்கப் பணிகளில் சட்டை, கோட்டு போட்டு உட்கார்ந் தார்கள்.

இந்த வகையில் ஏகாதிபத்தியம் நாட்டை அடிமைப்படுத்தியிருந் தாலும், எங்களை மத சாத்திரங்களின் பெயரால் அவர்கள் வருவதற்கு முன்பே அடிமைப்படுத்தியிருந்த கூட்டத்திடமிருந்து எங்களை விடுவிக்க உதவினார்கள் என்றே நாங்கள் நம்பினோம். நாங்கள் பொது இடங்களில் பிறரோடு சேர்ந்து பயணம் செய்ய முதன் முதலாக ரயிலில் அனுமதித்தார்கள். இதனால் மறைமுகமாக ஏகாதிபத்தியம் எங்கள் அடிமைத்தளையிலிருந்து விடுவிக்க உதவியது என்றே உணர்ந்தோம்

என அம்பேத்கர் The indirect benefit of Colonialism என்ற கட்டுரையில் எழுதியுள்ளார். அதை அவரது பேரன் The Mahad என்ற புத்தகத்தில் விரிவாக விளக்கியுள்ளார்.

இதே காரணங்கள்தான் ஈ.வெ.ரா. பெரியாரும், வெள்ளை அரசாங்கத்துக்குப் பார்ப்பன ஆதிக்கத்தை எதிர்த்து முறியடிக்கப் பயன்படும் எனக் கருதிச் சமூக நீதியைப் பெற அன்றைய ஆட்சிக்கு ஆதரவாகச் சில நிலைகளை எடுத்தார். அது நிரந்தரமாகச் சுதந்திரப் போராட்டத்தை எதிர்த்து வெள்ளையருக்குத் தந்த ஆதரவு அல்ல.

திராவிட இயக்கத்தின் மாநாட்டுத் தீர்மானங்களைப் படித்தால் 1925 முதல் ஒவ்வொரு மகாநாட்டிலும் பிரிட்டிஷ் முதலாளித்துவ ஆட்சியை அகற்றிட வேண்டும் என்ற தீர்மானம் போடப்பட்டிருப் பதைக் காணலாம்.

பின்னர் சேலம் மாநாட்டில் அறிஞர் அண்ணா முன்மொழிந்த தீர்மானப்படி வெள்ளையர்கள் வழங்கிய சர், ராவ் பகதூர் பட்டங் களை உதறித் தள்ளுவது என்று முடிவு எடுக்கப்பட்டது.

எனவே, பெரியாரும் அம்பேத்கரைப் போலவே சமூகநீதி என்ற அளவில், வெள்ளையர்கள் பிராமணர்களைவிட முற்போக்காளர்களே என்ற முறையில்தான் ஆதரவு தந்தார். இதை இன்றைக்கும் யாரும் முழுக்கத் தவறு எனக் கூற இயலாது.

பெரியார் கடவுள் இல்லை, அதைக் கற்பித்தவன் முட்டாள், நம்புகிறவன் காட்டுமிராண்டி எனக் கூறிவிட்டு, பிராமணர் அல்லாதவர் களையும் கோயில் பணிகளுக்குக் குறிப்பாக அர்ச்சகர்களாக நியமிக்க வேண்டும் எனக் கேட்பது முரண்பாடாக இல்லையா எனக் கேட்போர் உண்டு.

கடவுள் மறுப்பாளராகப் பெரியார் கோவிலுக்குள் நுழையாதிருந்த வர்களையும் நுழைய வைப்பதன் மூலம், கோவிலுக்குப் பக்தர்களை அதிகரிப்பது போல, தோன்றவில்லையா எனவும் கேட்கின்றனர்.

இதில் விவாதத்திற்குரிய சர்ச்சை இருப்பது உண்மை. ஆனால் இந்தியாவில் தாழ்த்தப்பட்ட குடிமகன் ஒருவன் குடியரசுத் தலைவரா கவும் வரலாம் - வந்திருக்கிறார்கள். நீதிபதிகளாக வரலாம், மருத்துவர் களாக, விஞ்ஞானிகளாக உயரதிகாரிகளாக ஆவதற்கு தடையே இல்லை. மாறாக வழி திறக்கப்பட்டுள்ளது. படிகள் அமைக்கப் பட்டுள்ளன.

ஆனால், ஆகமவிதிப்படி இந்துக் கோவில்களுக்குள் மட்டும் எவ்வளவு பெரிய பணக்காரராக இருந்தாலும், எவ்வளவு படித்திருந்தாலும்

பிராமணனாகப் பிறக்காதவர்கள் காலடி வைக்க முடியாத ஒரு இடமாக கோவில் கர்ப்பக் கிரகம்தான் இருக்கிறது.

எனவே, ஒரு சாதிக்கு மட்டும் இந்த உரிமை என்பதை முறித்துக் காட்டவேண்டும் என்பதற்காகவே அர்ச்சகர்கள் வேலை பிற சாதியினருக்கும் வேண்டும் என்ற கோரிக்கையை எழுப்பினார்.

இது ஒரு மூடப்பழக்கவழக்கத்தை ஒரு சாதி ஆதிக்கத்தை எதிர்ப்பதற்காக முன்வைக்கப்பட்ட கோரிக்கையே ஒழிய, வேலை யில்லாத் திண்டாட்டத்தைப் போக்குவதற்கான கோரிக்கை அல்ல.

அண்மையில் ஒரு பெரும் தொழிலின் மேலாளராக மேல்நாட்டில் பணிபுரியும் பிராமண நண்பரைச் சந்தித்தேன். அவர் என்னிடம் பேசும்போது பெரியாருக்கு நன்றிக் கடன் பட்டிருப்பதாக கூறினார்.

வியப்புடன் நீங்கள் பெரியாரை என்ன காரணத்தால் பாராட்டு கிறீர்கள் என்று கேட்டேன்.

அவர் சிரித்துக்கொண்டே பார்ப்பனர்கள் பெரும்பாலும் கோயில் திருப்பணிகளிலேயே இருந்தோம். அங்குச் சாப்பாடு கிடைக்கும் நெய் பொங்கல் கிடைக்கும். ஆனால் பெரிய வருவாய் என்று எதிர்பார்க்க முடியாது. கோயிலில் எண்ணெய் ஊற்றி விளக்கு எரிவதால் அந்தப் புகைதான் நாங்கள் அதிகம் குடித்த காற்றாக இருக்கும். கோவிலுக்குள் சட்டை போடாமல் வேட்டி மட்டும்தான் கட்டியிருப்போம். அந்தக் கோலத்தை நீங்களும் பார்த்திருக்கலாம். பிறகு என்ன கலியாணம், கருமாதி அதிலே கிடைக்கிற அரிசி தேங்காய் பழம் இவைதான் இப்படிப் பல சந்ததிகள் வயிற்றுப் பிழைப்போடு வாழ்க்கையை ஓட்டி வந்தோம்.

இதை விட்டால் சோறு சமைத்து விற்கும் ஹோட்டல்கள் நடத்தினோம். இதுபோக கொஞ்சம் அரசுத் துறையிலே வேலை கிடைத்தால் பிடித்துக்கொண்டோம்.

பெரியார்தான் எங்கள் ஹோட்டல் தொழில்மீது முதல் அடி போட்டார்.

நாங்கள் சமையலறையிலிருந்து தப்பி, அடுப்படியிலிருந்து விடுதலை பெற்றோம்.

அடுத்து இடஒதுக்கீடு என்றார். அதனால் அரசுப் பணிகளில் எங்கள் இடம் குறைந்தது. இதற்கு மேல் கோவிலுக்குள்ளும் அர்ச்சகர் வேலைக்குப் போட்டிக்கு ஆள் வந்துவிட்டார்கள். இதனால் துரத்தப் பட்ட நாங்கள் தற்போது மேற்கத்திய நாடுகளை நாடிச் சென்று பல

பெரிய நிறுவனங்களில் நிறைய சம்பாதிக்கிறோம். கவுரவமாக வாழ்கிறோம். எண்ணெய் கசிவுப் புகை நிறைந்த பிரகாரத்தை விட்டு வெளியேறி தற்போது விமானத்தில் பறந்து கொண்டிருக்கிறேன். இதற்காகப் பெரியாருக்கு நன்றி சொல்கிறேன் என்றார். பெரியார், பார்ப்பனர் அல்லாதாரும், மூடப் பழக்க வழக்கங்களில் மூழ்கி இருப்பதைக் கண்டித்தார். சோதிடம், சூன்யம், சாத்திர, சம்பிரதாய நம்பிக்கைகளைச் சகலரிடம் இருந்தும் அகற்றவே போராடினார். பார்ப்பன ஆதிக்கத்திலிருந்து விடுபட்டு, இட ஒதுக்கீட்டு முறையால் பயன் பெற்றவர்கள், புதுவகை பார்ப்பனர் ஆக்கப்படுவதை- "New Brahmins" விரும்பவில்லை. பெரியார் முயற்சியால் இடஒதுக்கீடு சட்டப்படி உரிமை ஆனது. பலர் பதவி பெற்றனர்.

ஆனால், அவர்கள் அனைவரும் பெரியாரின் பகுத்தறிவுப் பாதைக்கும் வந்தவர்கள் எனக் கூறிவிட முடியாது. அவரால் அவரது இயக்கத்தால், பலவகைப் பலன்களைப் பெற்றுள்ள பலரைக் காண்கிறோம். பதவிகளையும் பெற்றனர். பணத்தையும் குவித்தனர். அவரைப் புரிந்து, அவரது கொள்கை வழி, மக்களுக்குத் தொண்டு ஆற்ற நல்உள்ளங்களுக்கு அன்புடன் அறைகூவல் விடுக்கிறோம்.

இதையே பெரியாரும், பிராமணர்களை ஆதிக்கத்திலிருந்து அகற்றுவதோடு அல்லாமல், பிராமணர் அல்லாதவர்கள் அவர்களுக் கிடையில் உள்ள சாதி வேறுபாடுகளையும் ஏற்றத் தாழ்வையும் கைவிட்டு, பகுத்தறிவுள்ள மனிதர்களாக மாறவேண்டும் என்பதற்குத் தான் முழுக்க முழுக்கப் பாடுபட்டார்.

பெரியாரின் பேச்சும் எழுத்தும்

தமிழ் நாட்டில் பொதுவாழ்க்கையில் புகழ்பெற்ற பல தலைவர்கள் நம்மிடையே வாழ்ந்துள்ளனர். அவர்களுள், மக்களைக் கூட்டங்களில் திரளச் செய்து, அவர்களிடம் விழிப்புணர்வை ஏற்படுத்த, வயதால் மூப்படைந்து உடல் தசைகள் தளர்வுற்ற பின்னரும், இடைவிடாது பயணம் செய்து கொண்டே இருந்தவர் பெரியார். அவரது நாட்குறிப்பை வைத்து, அவர் பங்கேற்ற கூட்டங்கள், மாநாடுகள், நகரங்கள் என்பதை வைத்து பயணத் தூரத்தைக் கணக்கிட்டால், சில லட்சம் மைல்கள் (பல லட்சம் கி.மீ.கள்) அவர் வாழ்நாளில் பயணம் செய்துள்ளது தெரியும்.

பிரதமராக இருந்த பண்டிதநேரு, வின்சண்ட் சர்ச்சில் போன்றோர், அரசின் ராணுவ விமானத்தைப் பயன்படுத்தி, பல நாட்டுப் பயணங் களை மேற்கொண்டதால், அக்கணக்கை, இவரது பயண முறையுடன் ஒப்பிட இயலாது.

இவர் பெரும்பாலும் தன் சொந்த வாகனத்தில், முதுமைப்பருவ காலத்திலும், மேடுபள்ளங்கள் நிறைந்த அந்தக் காலத்து சாலைகளில் பயணம் செய்தவர் ஆவார்.

அவர் தொடக்கக் காலத்தில் மேடைகளில் பேசத் தொடங்கிய போது, ஒலி பெருக்கிக்கருவி மின் விளக்குகள் இல்லாதிருந்த காலம் ஒரு நாற்காலி, மண்ணெண்ணெய் விளக்கில் நடத்தப்பட்ட மந்தைக் கூட்டங்கள்தான் நடந்தன.

அவரது காலத்திலேயே முத்தமிழைக் கற்றுத் தேர்ந்த செந்தமிழ் செல்வர் திரு.வி.க. போன்றோர், செந்தமிழில் பேசி வந்தனர். அவருடையது தெளிந்த தனித்தமிழ் புலமை மிக்கது.

தேசிய இயக்கத்தைச் சேர்ந்த ராசகோபாலாச்சாரியார், விஜயராக வாச்சாரி, சத்தியமூர்த்தி போன்றோர் தேசிய உணர்வையூட்ட பாரத, ராமாயணக் கதைகளுடன் மணிப் பிரவாள நடையில் பேசி வந்தனர்.

ஆங்கிலத்தில் புலமை பெற்ற சீனிவாச சாஸ்திரி, இராமசாமி, லட்சுமணசாமி போன்றோர், வெள்ளையரும் வியந்து போற்றும் வகையில் ஆங்கில மொழியில் பேசி வந்தனர். பலரும் பலரகம்; பல நடைகள்; பாணிகள்.

இவற்றில் எதையும் பின்பற்றி, அது மாதிரி, அவர் மாதிரி என்று எதையும் பின்பற்றாமல், மனதில் பட்டதை, வீட்டிலுள்ள குழந்தைகளிடம் குடும்பத் தலைவர் எவ்வாறு பேசுவாரோ அந்த முறையைக் கையாண்டவர்தான் பெரியார்.

அவரது மேடைப் பேச்சில் செயற்கையான அலங்கார வருணனை இருக்காது. சொற்களை அடுக்கி, சலங்கை கட்டி ஆட விடுவது போன்ற அலங்காரப் பேச்சை அவர் நாடியதே இல்லை. குறுகத் தறித்துக் கூற வேண்டுமானால், அவரது நெஞ்சம் பேசியது. அவர் பயன்படுத்தியது. இதய மொழி- Language of the heart அவரது அறிவும், இதயமும் பேசின.

ஏன் எனில், அவர் பரிசுபெறுவதற்காகப் பேச்சுப் போட்டிக்குப் பயின்றவர் அல்லர்.

அவர் கைதட்டு எழ வேண்டும்- மாலைகள் விழ வேண்டும் என்பதற்காகவும் பேசியவர் அல்ல. அவர் மேடை ஏறும் போதே, தன் பேச்சைக் கேட்க வந்துள்ள கூட்டத்தில் நூற்றுவரில் தொண்ணூறு பேர், தன் கருத்துக்கு மாறுபட்ட நம்பிக்கை உடையவர்கள்; பழமையில் மூழ்கிய பக்தர்களாகத்தான் இருந்து வந்தனர் என்பதை அறிந்தவர்

ஓநாய்கள், குள்ள நரிகள், செந்தேள்கள், கலகக்காரர்கள், முரடர்கள், மூர்க்கர்கள் எனக் கூடியிருந்த கூட்டங்களுக்குள், அறிவொளி ஏந்தி, ஆயுதம் ஏதும் தரிக்காத ‘பற்றறுத்த’ - பொது வாழ்க்கைத் தொண்டனாக பெரியார் நுழைந்திருக்கிறார். கூட்டத்தினர் பலரும் காலங்காலமாகக் கடைப்பிடித்துவந்த பல சம்பிரதாய, சாத்திர நடவடிக்கைகளின் போலித்தனத்தை விளக்குவதற்காக!

அவர்களோ, ஏற்கவும் முடியாது மறுத்துரைக்கவும் இயலாது திகைத்து நின்றார்கள். முணுமுணுப்பு, எதிர்ப்பு, கண்டன- முகங்கள் தெரிந்திருக்க வேண்டும்.

அவர்கள் நம்பிக் கடைப்பிடித்துவரும் செயல்களைக் கண்டிக் கிறார். காரணங்களை விளக்குகிறார்.

ஓரிருவர், தங்களது அறியாமை நிலையுணர்ந்து வருந்துகின்றனர். ஓரிருவர் ஒப்பி எழுகின்றனர். இருந்தாலும், அது எண்ணிக்கையில் துளி போலவே உள்ளது.

இத்தகைய முயற்சியில் ஈடுபட்ட சிலர், மக்களை, விழிப்புறச் செய்ய முடியாத சிரமங்கண்டு, அவர்கள் சோர்வடைந்து, நம்பிக்கை இழந்து பொதுவாழ்விலிருந்தே விலகிச் சென்று விட்டனர்.

ஆனால், காற்றடைத்த பந்து போல் மீண்டும், மீண்டும், எழுந்து கொண்டே இருந்த மனிதர்தான் பெரியார்-

எதிலும் இவரிடம் ஒரு தனித்துவம் காணப்படுகிறது.

மேடைக் கலையிலேயே பல புதிய முறைகளைப் புகுத்தி வளர்த்தவர் பெரியார்.

- பொதுமேடைகளில் அவர் பேசிய பின், மக்கள் கேள்வி கேட்டுப் பதில் பெறும் முறையைக் கொண்டு வந்தார். இது சந்தேகங் களைக் களைய உதவியது. கூட்டத்தினரும் பங்கு பெறும் அமைப்பாக மாற்றப்பட்டது.

- விவாதத்திற்கு வித்திட்ட முறை அது.

- மேடைகளில் பிறந்த குழந்தைகட்குப் பெயர் சூட்டும் முறை யையும் அவர் அறிமுகப்படுத்தினார். அதையும் பகுத்தறிவுப் பிரச்சாரத் திற்குப் பயன்படுத்தினார்.

கூட்டங்களுக்குத் தங்கள் ஆண், பெண் குழந்தைகளைக் கொண்டு வந்து, தலைவரிடம் கொடுத்து, பெயர் சூட்டுமாறு கேட்பார்கள். பெரியார், அவ்வாறு பெயர் சூட்டிய வழியில்தான் குத்தூசி, குருசாமியின் மகளுக்கு ரசியா என்று பெயர் வைத்தார்.

இதனால், அந்தக் குழந்தை பள்ளிக் கூடத்தில் சேர்க்கப்படுவதிலும், மருத்துவம் பயின்று, டாக்டர் ஆன பிறகும் பாடுகள் பல பட்டார்.

பெண் குழந்தைக்கு ஒரு நாட்டின் பெயரைச் சூட்டி, அதில் புரட்சிகரச் சிந்தனையைத் தூண்டியவர். ஏன் என்று கேட்டவர்களுக்கு, ரஷ்யப் புரட்சியின் மேன்மை பற்றிக் கூறினார்.

இந்த முறையில் இன்னொரு கூட்டத்தில் ஒரு குழந்தைக்கு மாஸ்கோ எனப் பெயர் சூட்டினார். கூட்டத்தில் இருந்த ஒருவர், அது ஒரு ஊர்ப் பெயர் ஆயிற்றே. அதைப் போய் மனிதர்களுக்கு வைக்கலாமா? எனக் கேட்டாராம்.

உன் பெயர் என்ன? என்று கேட்டார் பெரியார். அவர் பழநி என்றார். - உடனே, அது ஒரு மலைக் குன்று ஆயிற்றே. அதைப் பெயராக வைத்துள்ளாயே என்றவுடன் கூட்டமே, தங்களை மறந்து கைதட்டிச் சிரித்ததாம்.

- சிரிக்கவும் வைப்பார்.

சிந்திக்கவும் வைப்பார் - ஆகவே பெரியார் ஆனார்.

தக்கப் பதங்களைப் பயன்படுத்தல்

மேடையில் பேசுவோர், பேச்சை அழகுபடுத்த, கவர்ச்சி ஆக்க, பல முறைகளைக் கடைப்பிடிக்கிறார்கள். பலர், அர்த்தம் இல்லாத பதங்கள், சொற்களை அலங்காரத்துக்காக அடுக்கும் போது தேவையற்ற, சொன்னதையே சொல்லும் சொல்விரயம் நிறைய நடக்கும்.

திருவள்ளுவர் சொற்களை அளவறிந்து பயன்படுத்த வலியுறுத்து கிறார். பயனற்ற ஓசை ஒலிக்கான சொற்களைத் தவிர்க்கவும், தேவை என்பவர் ஒரு சொல்லைப் பயன்படுத்தினால், அந்தச் சொல்லுக்கு மாற்றாக இன்னொரு சொல் இல்லை என அமையும்படி கருத்துக் கூறப்பட வேண்டும் என்கிறார்.

அரசு அறிவிப்புகளிலும், பத்திரிகைகளிலும், பல மேடை களிலும், சில முக்கியப் பதங்கள், ஒருவர் கூறி விட்டார் என்பதால், அது அப்படியே அடுத்தவராலும் கூறப்படுவது வழக்கமாக உள்ளது. இதையும் மறுத்து, மாற்றி உரைத்துக் காட்டியவர் பெரியார்.

- வெள்ளையர் காலத்து அதிகாரிகளும், பின்னர் வந்த நம் காலத்து அரசு நிர்வாகிகளும், மக்கட் பிரிவைச் சுட்டிக்காட்ட,

* பட்டியல் இனம்,
* தாழ்ந்தோர்,
* பின்தங்கியோர்,

என்பன போன்ற பதங்களையே பயன்படுத்தி வந்தனர். இவை எந்தப் புலவர்களையும் உறுத்தியதாகத் தெரியவில்லை.

இந்தப் பதப்பிரயோகங்களைத் திருத்தம் செய்தார் பெரியார்.

தாழ்ந்தோர் - என்ற பதம் தவறான பொருள் தருகிறது. அவர்கள் தாழ்ந்தோர் அல்லர். தகுதி இன்மையால் தாழ்ந்து விடவில்லை. அவர்களைச் சாத்திரத்தின் பெயரால், பல நூறு ஆண்டுகட்கு முன்னரே உயர் சாதியினர், வகுத்த சதித் திட்டப்படி, அவர்களைத் தாழ்ந்தோர், தீண்டத்தகாதோர் என்கின்றனர்.

அது தவறு; அவர்களைப் பிறப்பால், உயர்வு தாழ்வு கற்பித்து, உயர் சாதி ஆதிக்கக்காரர்கள் வைத்த இழிசொல் அது.

அவர்கள் தீயச் சிந்தனையுள்ள ஆதிக்கச் சக்திகளால், தாழ்த்தப் பட்டவர்கள் - தாங்களாகவே தாழ்ந்தோர் அல்லர்.

அதே போல, பிற்பட்ட சமூகப் பிரிவு ஏதும் இல்லை. அவர்களால் பிற்பட்டோர் என அழைக்கப்படுவோர். நாடாண்ட பரம்பரையினர். மண்ணின் மைந்தர்கள், வீரர்கள், கவிஞர்கள், அறிஞர்கள், புத்தர், அசோகர், கனிஷ்கர் சேர, சோழ, பாண்டிய அரச வம்சம் மாதிரி.

இவர்கள் ஓட்டப் பந்தயத்தில் பின் தங்கியோர் அல்லர்-

இவர்களையும் குல்லுகப்பட்டர்கள்தான் பிற்பட்டோர் எனக் கூறி, தங்களை முன்னிறுத்துகின்றனர்.

இவர்களும் சாத்திரப்படி பிற்படுத்தப்பட்டவர்கள் என விளக்கம் தந்து, தக்க பதங்களைப் பயன்படுத்த வைத்தார்.

நம் உடல் உறுப்புக்களில் இமை கண்ணில் ஏதாவது நுட்பமான தூசி வந்தாலும், மூடிக் கண்ணைக் காக்கும் பணியை ஏவலின்றிச் செய்கிறது.

அதேபோல் நமது நாக்கு, உணவில் ஒரு தூசி, மீன் முள் இருந்தாலும், துருவித் தடுத்துத் துப்பி விடுகிறது.

இயற்கை தந்துள்ள இந்த செயல் முறையை, எத்தனை மனிதர்கள் தங்கள் செயல்களுக்குப் பயன்படுத்துகிறார்கள்.

செம்மையாகப் பயன்படுத்தி வந்துள்ளார் - பெரியார்.

சீர்திருத்தத்தை எங்கே, எவ்வாறு தொடங்குவது?

என்னுடன் பயின்ற கல்லூரித் தோழர்கள் பலர், கல்லூரி மேடைகளில் பேசும் பொழுதும், விடுதிகளில் உரையாடும் போதும் தான், படிப்பை முடித்து, திருமணம் செய்து கொள்ள நேரும் போது,

- கணவனை இழந்த கைம்பெண்ணொருத்திக்கு வாழ்க்கை கொடுப்பேன்,

- கடவுள் மறுப்பாளனாக வாழ்வேன்,

- சாதி மறுப்பு, சடங்குகள் தவிர்த்த திருமணமே செய்வேன்,

என உணர்ச்சி பொங்கப் பேசக் கேட்டுள்ளேன்.

- பின்னர் உரிய காலத்தில் திருமணம் நிச்சயிக்கப்பட்டு, அழைப்பிதழ்கள் வந்த போது திடுக்கிட்டிருக்கிறேன்.

அழைப்பிதழில், முதலில் சாமிகளின் படங்கள் - மேல் வரிகளில் நாள், கோள், சுப முகூர்த்த சாத்திரக் குறிகள், காலமும் நேரமும் புரியாத மொழியில், இருப்பதால், அடைப்புக்குள் தேதி, நேரம், இடம் தமிழில் அச்சிடப்பட்டிருக்கும்-

பெரிய மாளிகைகளில் திருமண நிச்சயதார்த்தம், - அடுத்து அக்கினி குண்டப் புகை மண்டலத்தில் அதற்கென்ற கோலம் புனைந்து, ஏதேதோ ஓத, தடபுடலாகத் திருமணம் நடக்கும்.

அந்தஸ்தைக் காட்டுவதற்காகப் பல்சுவை உணவு பரிமாறப்படும். ருசிபார்த்து உண்பது ஓரளவு, கொட்டப்படுவது பெருமளவு.

மகிழ்ச்சியாகக் கொண்டாடும் இடத்தில் நம் விமர்சனக் கருத்தைக் கூறாது தவிர்த்து, பிறிதொரு சமயம், ஏன் இந்த டம்பம்? ஏன் இவ்வளவு செலவு? சடங்குகள் ஏன்? என நட்புரிமையுடன் கேட்டால், சம்பந்தி வீட்டாரின் நிபந்தனையை ஏற்க வேண்டிய கட்டாயம் வந்தது என்பார்கள்.

இது, சீர்திருத்த, சிக்கனத் திருமணம் சட்டப்படி செல்லும் என்ற சட்டம் வந்த பிறகும், சட்டை போடாது சந்தனம் பூசிய மேனியுடன் வலம் வந்த சில முற்போக்காளர்களைக் கண்டுள்ளேன்-

புரட்சிகரத் தத்துவத்தை அடிப்படையாகக் கொண்ட முற்போக்குக் கட்சி உறுப்பினர்கள், பொறுப்பாளர்கள் பலரும், தங்கள் பிள்ளைகட்கு, தங்கள் சாதிக்குள் பெண், மாப்பிள்ளை தேடுவது தொடருகிறது. வரதட்சிணை பேரம் பேசுவது நடக்கிறது.

இவற்றோடு கட்சித்தலைவர் தலைமை தாங்க அழைக்கப் படுவதும் உண்டு. திருமண அழைப்பிதழில் கட்சிக் கொடிச் சின்னமும் இருக்கும்; சாமிகள் படங்களும் அலங்கரிக்கும். முதலில் சடங்குப்படி கோயிலில் திருமணம் சாத்திரப்படி நடக்கும். பின்னர் வாழ்த்துரை வரும் - உணவருந்தும் சத்தம் கேட்கும்?

எண்பது ஆண்டுகட்கு முன்னர், வாழ்க்கையிலேயே மிக முக்கிய மங்களகரமான காரியமாகக் கருதப்பட்ட, திருமணச் சடங்கு முறையைக் கைவிட்டு, அறிவுப் பூர்வமான வாழ்த்துக்களுடன், சிக்கனமாகத் திருமணம் நடத்தும் முறையைத் துணிந்து நடத்திக் காட்டி, பலரை அதை ஏற்க வைத்து, புரட்சிகர மாற்றத்தைச் செய்த பெருமையும் பெரியாரையே சாரும்.

திராவிடர் கழகத்தினர் மட்டும்தான் இம்முறையை மனநிறைவோடு கடைப்பிடித்து வருகின்றனர்.

பொதுவுடமைக் கட்சியில் பெரும்பான்மையோர் கடைப்பிடிக் கின்றனர். ஒரு பகுதியினர் ஊரோடு, உலகத்தோடு, பழைய பாதையில் அர்ச்சகர்களை வைத்தே திருமண முடிச்சைப் போட்டு வருகின்றனர்.

காங்கிரஸ் கட்சி, திமுக, அதிமுக பிரிவுகள், இதில் அதிக அக்கறை செலுத்துவது இல்லை.

இங்கும் பதப்பிரயோகத்தைத் திருத்தியவர் பெரியார்.

சாதிவிட்டு, மாற்று சாதியைச் சேர்ந்தோர் திருமணம் செய்து கொள்வதைக் கலப்புத்திருமணம் எனக் கூறி வந்தனர்.

இந்தப்பதத்தை மறுத்தார் பெரியார்.

மனிதனும், விலங்கும் கூடி வாழ முடிவு எடுத்தால் அது கலப்பு மணம் ஆகும் - மனிதர்களே கோடிட்டு வைத்துள்ள கண்ணுக்குத் தெரியாத சாதிக்கோட்டைத் தாண்டி இரு சாதியினர், இல்லற வாழ்வில் இணைந்தால், அது சாதி மறுப்புத் திருமணமே ஆகும் - கலப்புத் திருமணம் அல்ல என்று விளக்கம் தந்தவரும் அவரே!

பாரதிதாசன் பாடியது மாதிரி, கதையில், நாடகத்தில், திரையில் சாதி கடந்து காதல் கதை வந்தால் ரசிப்போர், தன் மகள் தான் விரும்பும் இளைஞனுடன் பேசினால், வெகுண்டு தாக்குவது ஏன்? எனக் கேட்டார். எனவே, சமூக சீர்திருத்தம் ஒவ்வொருவர் மனதிலும் பதிய வேண்டும். ஒவ்வொரு குடும்பத்திலும் இயல்பாக ஏற்கப்பட வேண்டும் என விரும்பினார் பெரியார்.

காலம் படைத்த களப் போராளி

1879இல், ஈரோடு நகரத்தில் மிகப்பெரும் பெயர்பெற்ற பணக்கார வணிகர் குடும்பத்தில், இரண்டாவது மகனாகப் பிறந்தவர் ஈ.வெ. ராமசாமி. இவருக்கு முன் பிறந்த அண்ணன் உடல்நலக் குறைவோடு பிறந்ததால், அவரது பெற்றோர் ராமசாமி எனப் பெயரிடப்பட்ட இரண்டாவது மகனை, அவருடைய சித்தப்பாவின் வீட்டில் வளர்க்கப்படுவதற்காகக் கொடுத்து விட்டார்களாம். அவர் பெற்றோர் பல கோயில்களுக்குச் சென்று, தெய்வங்களை வேண்டி, பூஜைகளும் செய்து வரம் கேட்டுப் பெற்ற பிள்ளையாம் முதல் மகன். அக்குழந்தை உடல் நலம் குன்றிப் பிறந்ததால், தன் இரண்டாவது மகனாவது நல்ல முறையில் வளர்க்கப்படட்டும் எனக்கருதி தன் சித்தப்பா வீட்டிற்குச் சுவீகாரமாகக் கொடுத்துவிட்டாராம். அத்தருணத்தில், சித்தப்பாவை மணந்திருந்தவர் விதவையாக இருந்ததால், சுவீகாரம் பெற்ற பையனைப் பெற்ற தாயை விட அதிக அன்போடு வளர்த்திருக்கிறார்.

சுவீகாரம் தரப்பட்ட ராமசாமி, 1885 வரை அங்கு வளர்ந்திருக் கிறார். குழந்தைப் பருவத்திலேயே சுட்டித் தனமாகப் பேசும் திறனுள்ளவராக அக்குழந்தை இருந்திருக்கிறது. அவரது சுறுசுறுப்பும், பேச்சு முறையும், பிறரை ஈர்த்து இழுக்கும் தன்மையுடையதாக இருந்தது என அவருடன் பழகிய சந்ததியினர் எழுதியுள்ளனர். பிறந்த வீட்டுக்கே திரும்பிவிட்ட ராமசாமி, அப்பாவின் அறிவுரைப்படி, கடையில் பணிபுரிய- கணக்கு எழுத பயிற்றுவிக்கப்பட்டாராம். குடும்பமோ, பணவசதி படைத்த- செல்வாக்கு மிக்க குடும்பம். பெரிய மனிதர்கள் முக்கிய அதிகாரிகள் அவரது தந்தையை வந்து சந்தித்து மரியாதை கொடுத்து பேசுவதையெல்லாம் கவனித்துக் கேட்பாராம் ராமசாமி. அவரது பெற்றோர், பணக்காரர்கள் மட்டுமல்லாது, தெய்வ நம்பிக்கை கொண்டவர்களாகவும், சாத்திரம் - சம்பிரதாயங்களை மறக்காமல் கடைப்பிடிப்பவர்களாகவும் வாழ்ந்து வந்த, பக்தி சிரத்தையுள்ளவர்களாய் இருந்தனர். எனவே, பிராமண குருக்கள், சோதிடர்கள், சாஸ்திரிகள் அடிக்கடி வருவதும், சாமிகளைப்பற்றி பேசுவதும் தொடர்ந்து நடந்து வந்தது. அவர்களுக்கு அன்பளிப்பாக பணம் கொடுப்பது, ஆடைகளை வழங்குவது போன்ற காரியங்களைச்

செய்து மகிழ்ச்சியடைவாராம் அவரது தந்தை; அவ்வாறு வரும் சமயப் பண்டிதர்களிடம், அப்பா இல்லாத நேரங்களில், வளர்ந்து வந்த ராமசாமி குறும்புத்தனமாக குறுக்குக் கேள்விகளைக் கேட்பாராம். அப்பாவிடம் அவர்கள் பல கதைகளைப்பேசி நூறு பிராமணர்களுக்கு தனியாக விருந்து வைத்து விழாக் கொண்டாடினால், அவரது வியாபாரம் மேலும் விரிவடையும்- லாபம் பெருகும் - கடவுள் அருள் கிடைக்கும் என்று சொல்வதைக் கேட்டு நம்பி, பிராமணர்களுக்கு என்று மட்டும் சிறப்பான விருந்துக்கு ஏற்பாடு செய்வாராம் ராமசாமியின் தந்தை. அச்சமயம், பெரியாரின் தந்தையைச் சந்தித்த பிராமண வழக்கறிஞர், "பிராமணாள் போஜனப் பிரியாள்" என்று அடிக்கடி சொல்வாராம். அதற்காகப் பிராமணர்களைக் கொண்டே சமைத்து, பிராமணர்களே பரிமாறி, பிராமணர்கள் மட்டுமே சாப்பிடுகிற மண்டபத்துக்குள் வேறு யாரையும் நுழையவிட மாட்டார் களாம். அப்படி யாராவது நுழைந்தால், பார்த்தால் தீட்டுப்பட்டதாகக் கருதி, இலையை மூடிவிட்டு எழுந்து போய்விடுவார்களாம். அது, மிகப்பெரிய பாவ காரியமாகக் கருதப்படுமாம். கடவுள் அதற்காக தண்டிப்பாராம்! இப்படியெல்லாம் பல புண்ணிய கைங்கர்யங்கள் நடைபெறுவதை வேடிக்கையாகப் பார்த்து வளந்தவர்தான் ஈ.வெ. ராமசாமி.

இத்தகைய செல்வச் செருக்கும், சமுதாய மரியாதையும், அனைத்து வசதிகளையும் பெறும் வாய்ப்பையும் உடையவராக இருந்த ராமசாமி, படித்துப் பட்டம் பெற்று, பதவிகளையும் பெற்றிட வேண்டும் என தந்தை விரும்பியிருந்தால், மகனும் உடன்பட்டிருந்தால், அவர் விரும்பிய எந்தப் பள்ளியிலும் - எந்தக் கல்லூரியிலும் சேர்ந்து படித்திருக்க முடியும். தன் மகனுக்கென்றே ஒரு பள்ளிக் கூடத்தைக் கட்ட தந்தை முனைந்திருப்பார். ஆனால் ராமசாமியின் பெற்றோர், தங்கள் பையன் படித்து அறிவாளியாக வளரவேண்டும் என நினைத்ததைவிட, குடும்பம் நடத்திவந்த வர்த்தகத்தை மேற்பார்த்து வரவுக் கணக்கை மட்டும் சரிவர எழுதி வந்தால் போதும்; அதற்கு இந்த ஏட்டுப்படிப்பும் பட்டமும் தேவையில்லை என்றே கருதினர் போலும்! எனவே, அந்த நோக்கில் தங்கள் மகனை வளர்த்திட விரும்பியதாகவே தெரியவில்லை.

அதேபோல இன்னொரு வியப்பு; பக்தியில் மூழ்கி இருந்த அவரது ஆன்மீகக் குடும்பம், மதச் சடங்குகளையும் சம்பிரதாயங்களையும் கறாராகக் கடைப்பிடித்து வந்திருக்கவேண்டும். அவர்கள் ஈ.வெ. ராமசாமிக்கு ஜாதகம் கணிக்க எந்த ஐயரையும் நாடினார்களா? ஜாதகம் கணிக்கப்பட்டதா? என்பது தெரியவில்லை. ஆனால், அவர் இருந்து -

வாழ்ந்து - மறைந்த, பிறகும், வாழ்ந்து வருகிறவர்களாகிய நாம், அவரது வாழ்க்கையில் நிகழ்ந்த சம்பவங்கள், வளர்ந்த முறை, செய்த செயல்கள், அதன் விளைவுகள், அவர் வெளியிட்ட கருத்துக்கள், அமைத்த அமைப்புக்கள் என்பனவற்றைத் தொகுத்துப்பார்த்து, பகுத்துப் பிரித்து, மதிப்பீடு செய்து கொள்வதற்குரிய அரிய வாய்ப்பினைப் பெற்றிருக்கிறோம்.

அண்மைக்காலமாக, பொதுவாழ்க்கையில் ஈடுபட்டுள்ள சிலரும், பல்கலைக் கழகங்களில் பட்டங்கள் பெற்றுள்ள பலரும், ஆர்வம் மிகுதியால் உணர்ச்சி வயப்பட்டே விவாதங்களைத் தொடங்கும் பலருடன் உரையாட நேரிடுகிறபோது, எதையும் தெரிந்து கொள்ளாமலே, 'அது வெற்றி, பெறாது; அது உருப்படாது; அது செத்துப்போய் விட்டது' என்று ஒரு வரியில் தீர்ப்பு கூறும் பலரை சந்தித்திருக்கிறேன், கேட்டு வேதனைப்பட்டுமிருக்கிறேன்.

பல்கலைக் கழகங்களில் படித்து, பட்டங்கள் பல பெற்றவர்களிடம், பகுத்தறிவு வாசனையே இல்லாமல் இருப்பதோடு, வரலாற்று விவரங்களைக்கூடத் தெரிந்து கொள்ளாது, தன் கருத்தை மட்டுமே சீரிய கருத்தாகக் கருதி பேசுவதையும் கேட்டு அதிர்ச்சி அடைந்துள்ளேன்.

பொதுவாழ்க்கையில் பல ஆண்டுகளாக இருக்கும் சில நண்பர்கள்கூட, தம் கண் முன்னால் நிகழ்ந்த சம்பவங்களைக்கூட பார்க்காமலும் - உணராமலும் இருக்கின்ற விந்தையையும் காண முடிந்தது. அண்மை ஆண்டுகளாக, கோயில் திருவிழாக்களில் மக்கள் கூடும் திரள் அதிகரித்திருப்பதையும், கொட்டும் காணிக்கை பெருகி இருப்பதையும், புதிது புதிதாகக் கோயில்கள் கட்டப்படுவதையும், அங்குப் பொன்னால் சிலைகள் நிறுவப்படுவதையும், அவைபற்றி தொலைக்காட்சிகள் படக்காட்சி காட்டுவதையும், பத்திரிக்கைகளும் அச்செய்திகளை விளக்கி பக்கம்பக்கமாய் எழுதுவதைச் சுட்டிக்காட்டி, பெரியாரும் - பெரியார் போன்றோரும் எடுத்த முயற்சிகளெல்லாம் முற்றாகத் தோற்றுவிட்டதையே காட்டுகின்றன அல்லவா என்று என்னோடு வாதிட்டிருக்கிறார்கள்.

அதே பெரிய மனிதர்கள், அதே மூச்சில், என் முகத்தைப்பார்த்து, நீங்களும்தான் முதலாளித்துவம் ஒழிக, சமதர்மம் மலர்க என்று முழங்கினீர்கள். போராட்டம், புரட்சி என்றும் கலகம் செய்தீர்கள். சில நாடுகளில் ஆட்சியைக்கூட அமைத்து, முதலாளிகளையும், நிலப்பிரபுக்களையும், வட்டிக் கடைக்காரர்களையும் ஒழித்துவிட்டதாகக் கூறினீர்கள். ஆனால், அந்த ரஷ்யாவிலிலேயே மீண்டும் முதலாளிகளும் வந்து விட்டார்கள்; கோயில்களிலும் கோலாகலமாக விழா நடக்கிறது. எனவே, நீங்களும் எங்கும் வெற்றி பெற்றதுமில்லை-

இனி வளரப்போவதுமில்லை என்பதைப் போல் பேசி முடிப்பதையும் கேட்டுள்ளேன். இது எனக்கு, முற்கால திரைப்படங்களில் தோன்றிய முனிபுங்கவர்கள் கோபமடைந்தபோதெல்லாம் "பிடி சாபம். நீ கல்லாகக் கடவாய்" என்று சாபமிடுகிற காட்சியும், அதனால் கலங்கிய மனிதன் விமோசனம் உண்டா என்று கெஞ்சும்போது, ஏதாவது கதையைச் சொல்லி, அவர் அவதரித்து நடந்து வரும்போது அவர்கால் உன் தலையில்பட்டு நீ மீண்டும் எழுவாய் என்று கூறுவது போன்று பார்த்த சில காட்சிகள்தான் நினைவுக்கு வந்தன. இத்தகையோர் பேச்சைக் கேட்டு நாம் கலக்கம் அடையத் தேவையில்லை. நம்மை சிந்திக்கத் தூண்டுவதாக இதை எடுத்துக் கொள்ளலாம். ஈ.வெ. ராமசாமியின் குடும்பப் பின்னணி, பால பருவ வளர்ச்சி, இளமைக்கால நிகழ்வுகள் ஆகியவற்றைப் பார்க்கும்போது, இவருக்கு முன்பு வாழ்ந்து மறைந்த கார்ல் மார்க்ஸ், பிரெடெரிக் ஏங்கெல்ஸ் ஆகியோரின் குடும்பப் பின்னணியும் வளர்ந்த கால நிகழ்ச்சிகளும் நினைவுக்கு வருகின்றன. அதேபோல், நம்முடன் வாழ்ந்து 14.3.2018 அன்று மறைந்த அதிசய விஞ்ஞானி ஸ்டீபன் ஹாக்கின்சின் வாழ்க்கை விவரங்களும் வெளியிட்டுவரும் கருத்துக்களும் நம்மை சிந்திக்க வைக்கத் தக்கவையாக உள்ளன.

கார்ல் மார்க்ஸ் 1818இல் பிறந்தார். ஈ.வெ. ராமசாமி 1879இல் பிறந்திருக்கிறார். மார்க்ஸ் பிறந்தபோது ஜெர்மனி, ஒன்றுபடுத்தப்பட்ட ஒரு நாடாகவும் இல்லை; ஒரு ஆட்சியின் கீழும் நாட்டின் அமைப்பு இல்லை. 28 துண்டுகளாக பிளவுபட்டுக்கிடந்த ஜெர்மனியில் ஒரு சிற்றரசன் ஆண்டுவந்த ரைன்நதி பாயும் ஒரு ஊரில் பிறந்தவர்தான் கார்ல் மார்க்ஸ். தந்தையும் தாயும் யூத மத இனத்தைச் சேர்ந்தவர்கள். மார்க்சின் தந்தை மட்டும் பிரான்ஸ் நாட்டு அறிஞர் வால்டேர் எழுதிய நூல்களைப் படித்ததால், மத சம்பிரதாயங்களை - மூடநம்பிக்கைகளை கைவிட்ட சீர்திருத்தக்காரராக இருந்தார். அவர் ஒரு வழக்குரைஞராகவும் இருந்தார். ஆனால் அவர் மணந்த பெண் - மார்க்சின் தாயார், அழுத்தமான தெய்வப் பக்தியோடு சடங்குகளை இம்மியும் நழுவவிடாது கடைப்பிடித்து வந்த, மஞ்சள் கோட்டைத் தாண்டாத பத்தினியாக இருந்தார். மகனை, வேதம் படிக்க வைத்து பாதிரியாராக ஆக்க வேண்டுமென்றே விரும்பியவர். அவரது வற்புறுத்தலின்படி மார்க்ஸ் வேதபாடசாலையில் சேர்த்து படிக்கவைக்கப்பட்டார். ஆனால் வேதபாடசாலையில் பயிலத் தொடங்கிய மாணவன், பிற்காலத்தில் ஒரு புத்துலகு படைப்பதற்கான பொருள்முதல்வாத தத்துவத்தை விஞ்ஞான ரீதியில் எழுதி, நிறுவிக் காட்டப் போகிறார் என்பதைப் பெற்றோரும் தெரிந்திருக்கவில்லை; கற்பித்த வேதபாட வித்தகர்களும் புரிந்திருக்கவில்லை.

ஆனால் அவரது இருநூறாவது ஆண்டில், அந்த மார்க்சைப் பற்றித்தான் ஆதரித்தும், எதிர்த்தும் பூ மண்டலம் முழுமையிலும் அறிவார்ந்த மனிதர்கள் அனைவரும் விவாதித்துக் கொண்டிருக் கிறார்கள்.

இதே போலத்தான், பெரியாரும் அதே நூற்றாண்டில் மார்க்சுக்குப் பின் 61 ஆண்டுகள் கழித்துப் பிறந்திருக்கிறார். ஈ.வெ. ராமசாமி பிறந்த தமிழ்நாடும் ஓர் அரசின்கீழ், ஒரு நாடாக என்றும் இருந்தது இல்லை. அவர் பிறந்த நாடாக இந்தியாவைக் குறிப்பிட்டாலும், அது ஒரு நாடாக - ஓர் அரசின்கீழ் என்றும் இயங்கியதே இல்லை. இவரது குடும்பமும் சனாதன- சம்பிரதாயக் குடும்பம்தான். ஆனால், அந்த முட்டையை உடைத்துக் கொண்டு வெளி வந்த செம்புட் பறவை, தமிழ்நாட்டில் தடம்பதிக்கப் போகிறது என்பதை, அவருக்குப் பாடம் சொல்லித் தந்த ஆசிரியர் யாரும் புரிந்திருக்கவில்லை. மார்க்சைவிட, பிரட்ரிக் ஏங்கெல்சின் குடும்பப் பின்னணி பெரியாரின் குடும்ப வடிவத்தை ஒத்திருக்கிறது. ஏங்கெல்சின் பெற்றோரும், வணிகத்தால் வளம் பெற்றிருந்த குடும்பம். ஏங்கெல்சின் தந்தையாரும், பணம் திரட்டுவதற்குப் படிப்பு தேவையில்லை என்று கூறித் தன் உறவினர் தொழிற்சாலையில் கணக்கெழுத மகனைப் பாலபருவத்திலேயே அனுப்பிவிட்டார். பிரட்ரிக் ஏங்கெல்சும், கடையில் கிடைக்கும் பழைய புத்தகங்களையும், நூலகத்திற்குச்சென்றும் படித்து அறிவை வளர்த்துக் கொண்டார்.

இதேபோல், இங்கிலாந்தில் பிறந்த ஸ்டீபன் ஹாக்கிங்ஸ் குழந்தை யாகப் பிறக்கும் போதே உடல் உறுப்புக்கள் பழுதுபட்டதாக- செயல்திறன் இழந்ததாக இருந்ததால், பெற்றோர் மருத்துவரிடம் தூக்கிச் சென்றனராம். பார்த்த மருத்துவர்கள் அனைவரும், அவர் மிகக் குறுகிய காலம்தான் உயிருடன் இருக்கக்கூடும்; அவரது உயிரைக் குடிக்கும் கொடுமையான எலும்புருக்கி நோயுடன் பிறந்துள்ளார்; சில வாரங்கள்தான் உயிருடன் இருப்பார் என்றதால், கடவுளை நம்பிய பெற்றோர் கடவுளிடமே உயிர்ப்பிச்சை கேட்டு மன்றாடினர். அவர் உடல்நிலையில் மாற்றமே ஏற்படவில்லை. வளர்ச்சியில்லாமலே வளர்ந்து வந்தார். அவர் பேசுவது சாதாரணமாக யாருக்கும் விளங்காது. எப்படி உயிர் வாழ்கிறார் என்பதையும் எந்த டாக்டராலும் இதுவரை திட்டவட்டமாகக் கூற முடியவில்லை. அவர் மீது அனுதாபம் கொண்டு, இரக்கக் குணத்தால் அவருக்கு சிகிச்சை அளித்து, அவருடன் வாழ்ந்து உதவிட ஒரு பெண் முன் வந்தார். ஆச்சரியப்படத்தக்க வகையில், அவருக்கு இரண்டு குழந்தைகள் பிறந்து, அவர்களும் புகழ் பெற்ற விஞ்ஞானிகளாக உள்ளனர். இவர்,

கேம்பிரிட்ஜ் பல்கலைக்கழகத்தில் பேராசிரியராக இருந்தார். அவர் பேசுவதை விளக்கிக் கூற அவரே ஒரு கருவி செய்திருக்கிறார். இந்த அதிசய விஞ்ஞானியும், போப் ஆண்டவரிடம் பேசும் பொழுதும், தன் விஞ்ஞான ஆராய்ச்சியின் மூலம் கடவுள் என்ற ஒன்று இல்லை; இல்லவே இல்லை. அது ஒரு கற்பனைக் கதை என்பதை விஞ்ஞானம் பரிசோதித்து நிரூபித்துக் காட்டியிருக்கிறது என்று கூறியிருக்கிறார்.

பொதுவாக, நோயால் வதைப்பட்டு, மருந்துகள் எதனாலும் குணமடையாமல், சாவை எதிர்நோக்கி வாழுகிற நேரத்தில்தான் மனிதர்கள் கடைசியாக 'கடவுளே என்னைக் காப்பாற்று' என்று கண்ணீர்விட்டு அழுது புலம்பி, கடவுளை வேண்டுவது வழக்கம். ஆனால் இந்த விஞ்ஞானியும், ஈ.வெ. ராமசாமி என்ற மனிதரும் சொந்த பகுத்தறிவு கொண்டு கடவுள் இல்லை என்று கூறி வந்ததையும், நினைக்கும் போது நமக்கு வியப்பு மட்டுமல்ல, வென்று நிற்கும் அறிவின் சிகரம் நம் கண்ணுக்குத் தெளிவாகத் தெரிகிறது. இது, ஊனக்கண் உள்ள அனைவருக்கும் தெரியும் தோற்றம். ஆனால் ஞானக்கண் உள்ளவர்களுக்கு மட்டும் அந்தக் காட்சி தெரிவது இல்லை.

சுய முயற்சி, சுதந்திர சிந்தனை, பகுத்தறிவுப் பயிற்சி என்ற பாதை வழியாகத்தான், தன் பொதுவாழ்க்கைப் பயணத்தை நடத்தியிருக்கிறார், பின்னர் பெரியாராகிவிட்ட, அன்றைய சாதாரண, முரட்டுக் குணம் உள்ள ஈ.வெ. ராமசாமி.

பிறந்த குடும்பமோ, சகல வசதிகளையும் உடைய பணக்கார வணிகக் குடும்பம். எனவே, மேலும் மேலும் சேர்த்துக் குவித்துக் கோடீஸ்வரனாகி, சொகுசு வாழ்க்கை நடத்த வேண்டும் என்ற 'மைனர் கனவு' தோன்றி இருக்கலாம்.

வாய்ப்பு இருந்தும், சூழலும் அதற்கு ஏற்றதாக இருந்தும், அதைத் தவிர்த்து, தர்க்கவாதப் பாதையை அம் மனிதர் மேற்கொண்டது தான் வியப்பைத் தருகிறது.

எப்போது பார்த்தாலும் பணத்தை எண்ணிக் கட்டுவதும், கணக்குப் பார்ப்பதுமாக இருந்த வீட்டில், பணப்பேய் அவரைப் பிடிக்காதது வியப்புக்குரியது தான்.

அதே வீட்டில் எப்போதும் பக்திப் பாடல்கள் தான். மதத் தலைவர்கள், குறிப்பாகப் பிராமணர்கள், அவரது வீட்டிற்கு வந்து மத சம்பிரதாயங்களைப் பற்றி விரிவாகப் பேசுவதோடு, பெரும் நிதி உதவியும் பெற்றுச் சென்ற வண்ணம் இருந்தனர்.

அவரது வீடும் கோயில் மாதிரி படங்கள், சிலைகள், பூஜை அறைகள், சூடம், சாம்பிராணி, பூ வாசனை, பூசிக் கொள்ளத் திருநீர், இட்டுக் கொள்ளக் குங்குமம், கோயில் விழாக்களுக்குக் காணிக்கை கொடுப்பதில் மகிழ்ச்சி, மன நிறைவு - என்றே இருந்த குடும்பத்திற்குள், பள்ளி, கல்லூரி என்று பட்டம் பெறப் படிக்கச் செல்லாத அந்த இளைஞன், துருவிக் கேட்டறிந்த பின்னரே ஒப்புவேன் என்ற உணர்வுடன் வளர்ந்ததும் வியப்புக்குரியதாக இருக்கிறது.

1900களில், அடிமைப்பட்டுக் கிடந்த இந்தியாவில், தமிழ்நாட்டில், சாதி, மத உணர்வுகளே, மனிதர்களின் சிந்தனையையும், வாழ்க்கை முறையையும் சங்கிலிப் பின்னல் போல் கட்டிப் போட்டிருந்தன. அவற்றிலிருந்து அந்த இளைஞன், அது தங்கச் சங்கிலிபோல ஆபரண வடிவில் வந்தாலும், ஏற்க மறுத்து தன்னைத் தானே விடுவித்துக் கொண்டதும் வியப்புக்குரியதாகும்.

விளையும் பயிர் முளையில் தெரியும் என்று நம் நாட்டார் கூறி வருவதில் ஒரு பெரிய அனுபவ உண்மை இருப்பது தெரிகிறது. பெரியாரான, ராமசாமியின், பரிணாம வளர்ச்சி, கற்பனைக்கு இடம் தராது இயற்கையின் இயக்க இயல் விதிகளை உய்த்துணர்ந்து, அதன் வழி வளர்ந்து முன்னோக்கி, முன்னோக்கியே வளர்ந்த வரலாற்றைக் காட்டுவதாகவும் இருக்கிறது.

இளமைப் பருவத்திலேயே, பகுத்தறிவு, சுயமரியாதை எனப் பேசத் தொடங்கிய பெரியார், ஒதுக்கப்பட்டு, ஒடுக்கப்பட்டு, தீண்டத்தகாதோர், தாழ்த்தப்பட்டோர், பிற்படுத்தப்பட்டோர் என கோடானுகோடி மக்கள் இந்தக் கோர சமூகத்தால் பள்ளத்திற்குள் தள்ளப்பட்டிருப்பதைக் கண்டு வெகுண்டவர்; அத்தகையோர் பல்லாயிரம் ஆண்டுகளாகக் கட்டுண்ட அடிமைகளாகவே இருப்பதற் கென்ன காரணம்? என ஆராய்ந்தார்.

- அவர்கள் உழைக்காத சோம்பேறிகள்; எனவே அறியாமையில், வறுமையில் உழல்கின்றனர் எனச் சனாதனிகள் விளக்கம் கூறி வந்தனர்.

சமுதாயத்தில் கடினமான, உடல் உழைப்பு வேலைகள் அனைத் தையும் செய்பவர்களாக, தாழ்த்தப்பட்டோரும், பிற்படுத்தப்பட்டோரும் மட்டுமே உள்ளனர்-

கல்லுடைப்போர், உழுவோர், நெய்வோர், பாரம் சுமப்போர், கட்டுமானப் பணிகளைச் செய்வோர் வண்டி இழுப்போர் ஓட்டுவோர் ஆடு, மாடு மேய்ப்போர், காடு வெட்டி கழனி ஆக்குவோர்- என்று சகல வேலைகளையும் செய்யும் இவர்களை உழைக்காதவர்கள்,

சோம்பேறிகள் எனக் கூறிட முடியுமா? இது மோசடிக்காரர்களின் கட்டுக்கதை எனக் கண்டறிந்தார், பெரியார்.

இவர்கள் தேரில் உட்கார்ந்து வலம் வரும் உற்சவ விழாக்களுக் கான சாமி சிலைக்கும், கல் தேடிக் கண்டெடுத்து வெட்டி எடுத்துக் கொண்டு வந்தது யார்?

அதைச் சிலை வடிவமாக்கி, நிலைத்து நிற்க வைத்தது யார்?

அதற்குக் கொட்டிக் கொடுக்கும் ஒவ்வொரு வேளை பூஜைக்கும் பொங்கலிட அரிசியும், சுவையூட்ட பருப்பும், ருசி கூட்ட நெய்யும் - யாரால் தரப்படுகிறது?

இவற்றைச் செய்தவர்கள் சோம்பேறிகளா?

முணுமுணுக்கும் மந்திரம் ஓதும் தந்திரசாலி தான் உழைப்பவரா? - ஆக, உண்மை உழைப்பாளிகளை, தண்டச் சோறுண்ணும் கூட்டம், பழி சுமத்தி மகிழ்வது கண்டு வெகுண்டவரே பெரியார்.

நாடு, நகரம், கிராமம் எனச் சகல இடங்களிலும், மலக் கழிவு தொடங்கி, கழிப்பன அனைத்தையும் கொட்டி நாட்டைக் குப்பைத் தொட்டியாக ஆக்குபவர்கள்,

உச்ச, உயர் சாதியினராம்!

- தூய்மையாளர்களாம்!

- உயர்ந்தோராம்!! - ஆனால் இவர்கள் குவித்த குப்பையை, கழித்துப் போட்ட அழுகலைச் சுத்தம் செய்து வாழ வழி செய்யும் துப்புறவுப் பணியாளர், அசிங்கமானவர்களாம்!

இவற்றைக் கண்டு கொதித்தார் பெரியார்; பாதிக்கப்பட்ட மக்கள் மீது இரக்கம் கொண்டதும் உண்மை. அனுதாபம் காட்டி உதவ முயன்றதும் உண்மை.

ஆனால், உணர்ச்சியால் தூண்டப்பட்டு, நொடிப் பொழுது இரக்கம் காட்டும், பிச்சை போட்டு வள்ளல் பட்டம் பெறும் செயலுடன் நின்றவர் அல்லர் பெரியார்.

இரக்கம், கருணை, ஈதல் ஆகிய குணச் செயல்கள் இருப்பது நல்லது. நல்லன நாடும் இக்குண நலன் தேவையே; ஆனால், அது மட்டுமே இச் சமுதாயக் கேடுகளைத் தகர்த்து, மாற்றியமைக்கப் போதாது.

- நம் கண்ணுக்கெட்டியதூரம்வரை பார்க்கலாம்.

- கைக்கு எட்டிய தூரம் உதவலாம்- பொருள் உள்ளவரை பங்கிடலாம்-

இவற்றைத் தாண்டி நாடெங்கிலும் உள்ள சேரிகள், குப்பங்கள், குடிசைகளில் முடங்கிக் கிடப்போரை எப்படி விடுவிப்பது?

ஓரிருவர் பிரச்சினையாக அல்லாது, இதைச் சமுதாயப் பிரச்சினை யாகப் பார்த்தவர் பெரியார் - அது அவரை ஆய்வாளராக ஆக்கியது.

ஒடுக்கப்பட்ட மக்கள் மிகமிகப் பெரும்பான்மையினராக இருந்தும், தங்களைவிட எண்ணிக்கையில் குறைவாகவுள்ள ஒரு பிரிவினரின் போதனைகள், இடும் கட்டளைகள், வகுத்த சடங்குகள், கிழித்த கோட்டைத்தாண்டாது தாழ்ந்து, பணிந்து, குனிந்து சந்ததி சந்ததியாகக் கைகட்டி, வாய்பொத்தி, கும்பிட்டு நிற்பது ஏன்?

உடல் வலிமை எனப் பார்த்தாலும், புல்லுக்கும், வைரம் பாய்ந்த மரத்திற்கும் உள்ள வேறுபாடு தெரிகிறது. பலம் இருந்தும் வாய் பொத்தி அடங்கி நிற்பது ஏன்?

அடிமைப்படுத்திய ஒரு சிறிய கூட்டத்தின் வல்லமை காரணமா? அல்லது பெரும்பான்மையினர் பிறவிக் கோழைத்தனமா? - அல்லது மூடர்களா? அல்லது அடிமையாக வாழவே பிறந்தவர்களா?

யாருக்காக வருந்தி, இரக்கம், அனுதாபம் காட்டினாரோ, அவர்கள் மீது கோபமும், சீற்றமும் கொண்டார்...

ஆனால், அதற்காக அவர்களை வெறுக்கவோ, தண்டிக்கவோ முயலவில்லை.

இதற்கான மூலகாரணம் யாது என ஆய்வு வளர்ந்தது.

நம் நாட்டில் வாழும் மக்களில் நூற்றுவரில், ஐயத்திற்கிடம் இல்லாமல், தொண்ணூறு பேருக்கும் அதிகமானோர், மண்ணின் மைந்தர்கள். பூர்வீகக் குடிகள். இந்த நாட்டில் காணப்படும் கோயில்கள் அனைத்தையும் கட்டியவர்கள்- சோலைகளை வளர்த்தவர்கள் ஏரி, குளங்களை அமைத்தோர். காண்பதெல்லாம் இவர்களால் படைக்கப் பட்டவை. கோட்டை கட்டியவர்களும் இவர்களே- கோயில் கட்டி சிலை அமைத்தவரும் இவர்களே-

இருந்தும், இந்தப் படைப்பாளிகள், உற்பத்தியாளர்கள், சிற்பிகள், அடிமை வாழ்வை அமைதியாக ஏற்று ஒத்து வாழ்வது ஏன்? என மீண்டும் ஆழமாகத் துருவினார்.

அடிமைப்படுத்திய சிறு கூட்டத்தினரின் வலிமை காரணமா?

அறிவு மேலாண்மை காரணமா? வந்தவன், இருந்தவனை அடிமைப்படுத்தி ஆண்டாண்டுக் காலமாக ஆளும் வசதி பெற்றது எவ்வாறு?

புரியாத புதிராக உள்ளதே என நொந்தவர், கடவுள் என்ற கற்பனை உருவாக்கம், பாவம் புண்ணியம், ஆன்மா, பிறவிப் பெருங்கடல், விதி, நரகம், சொர்க்கம் என வளர்க்கப்பட்ட கதை உருவாக்கிய நம்பிக்கையே, மனிதனை தன்னம்பிக்கையை இழக்க வைத்து விட்டதை அறிந்தார்.

கடவுள் பூவுலகையும், உயிரினங்களையும் படைத்தார்; அதில் உயர்ரக பிராணியாக மனிதனைப் படைத்தார்- அந்த மனிதருள் பிராமணரை உயர் குலமாகப் படைத்தார்- அக்குலமே கடவுளை அடைய வழிகாட்டும் குரு- குலம் என்று உருவாக்கியிருப்பதைச் சொந்தச் சிந்தனை மூலம் தெளிவுபடுத்திக் கொண்டார்- அவரது பகுத்தறிவு, இந்தப் பூமண்டலம் தோன்றியதை விஞ்ஞான அறிவு கொண்டு புரிந்துகொள்ள உதவியது.

இது பஞ்ச பூதங்களின் சேர்க்கை வெடிப்பால் உருவானது என்றறிந்தவர், இது எந்த ஒரு அதீத சக்தியாலும் ‘படைக்கப்பட்டது’ அன்று என்பதை அறிய உதவியது.

மனிதகுலத்தைக் கடவுள் படைத்தார் என்பதை நம்ப, நிறுவிக் காட்ட முடியவில்லை. ஆனால், கூறப்படும் கடவுள்களைப் படைத்த வர்கள், பெயர் சூட்டியவர்கள், கோயில் கட்டிப் பாட்டிசைத்து, தொழ வைத்தவர்கள் மனிதர்களே என்பதை மட்டும் கண்டும் ஒப்புக் கொள்ளாதோர் அதிகம். காணாத, நிறுவிக்காட்ட முடியாத கற்பனைக் கருத்தை நம்புவோர் அதிகம். இந்த மூலத்தைத் தகர்க்காமல், மனித குலத்தைக் கனவுலகிலிருந்து மீட்டு, மண்ணுலகில் நிறுத்த இயலாது என்ற முடிவுக்கு வந்தார் பெரியார்.

இத்தகைய இறுதி முடிவுக்கு வந்தோர் பலருண்டு. ஆனால் அவர்களில் சிலரே இறுதிவரை அதில் உறுதியாக நின்றனர். அவர் களுள் சிகரம் தொட்டவர் பெரியார்.

கடவுள் எனும் கருத்துருவை முதன் முதலில் உருவாக்கியவர் யார்? எந்நாட்டவர்? எந்த ஆண்டின்போது அல்லது காலத்தில் உருவாக்கப் பட்டுப் பரப்பப்பட்டது? என்பது குறித்து பல ஆய்வுகள் புத்தகங் களாக வந்துள்ளன.

தன்னைப் பற்றியும், தான் வாழும் உலகினில் நிகழும் பல நிகழ்ச்சிகளுக்குரிய காரணங்களைத் தெரிந்துகொள்ள முடியாது

தொடக்கத்தில் திகைத்தவன், சில இயற்கைச் சீற்றங்களைக் கண்டு அஞ்சியவன் என வளர்ந்து வந்த மனிதகுலம், சாவைக் கண்டு கலங்கிப் போனபோது, அந்த பயம் உண்டாக்கிய கற்பனைப் படைப்புத்தான், கடவுள், தெய்வம், தேவன் என்ற பெயர்களுடன் பிறக்கத் தொடங்கியது.

தொடக்கத்தில் கடவுள் என்றோ, பிற பெயர் சூட்டியோ நம்பவில்லை. எதையெல்லாம் கண்டு மிரண்டு பயந்தானோ அதை யெல்லாம் வணங்கி இருக்க வேண்டும். இவ்வழியில் இடி மின்னல், புயல், வெள்ளம், வளர்ந்த மரங்கள், சில முரட்டு விலங்குகள் ஆகியவற்றின் சீற்றம், பலம் கண்டு அஞ்சி நடுங்கி வணங்கினான்-

நாம் எங்கிருந்து வந்தோம்- இறப்புக்குப் பின் எங்குப் போவோம்? என்ன ஆவோம்? என்பன போன்றவற்றிற்கு இன்றும் திட்டவட்ட மாகப் பதில் கூறிட இயலாத காரணத்தால், நமக்கு அப்பால், நம்மிலும் பெரிய, நமது அறிவால் உணர முடியாத, ஆதி அந்தம் இல்லாத, படைக்கும், காக்கும், நம் செயல்களைத் தீர்மானிக்கும், இறுதி மரண நாளையும் நிர்ணயிக்கும் சக்தியாக ஒன்று இருந்தாக வேண்டும்.

எதையும் படைத்தவன் என்று ஒருவன், அல்லது ஒரு சக்தி இருந்துதானே ஆக வேண்டும். அதன் சக்தியை எவராலும் அளவிட முடியாது. அதைக் காண்பதும் அரிது. காட்டுவதோ அரிதினும் அரிது. ஆனால், பக்தி மார்க்கத்தில் அவன் பாதமலர் சேர்ந்தால், சாகாவரம் பெற்ற சொர்க்க வாழ்வைப் பெறலாம் எனத் தொடங்கியது, ஒன்று பலவாகி, நம்பிக்கை என்ற தளத்தில் பரவி வளர்ந்து கொண்டே இருக்கிறது.

கடவுள், அவரைக் கண்டடைய மதங்கள் அவற்றிக்கான வேதங்கள், சாத்திரங்கள், சடங்குகள், விழாக்கள், படைக்கப்பட்ட இதிகாசங்கள், பக்தி இலக்கியம், கட்டப்பட்டுள்ள தொழுகை நிலையங்கள், குவியும் காணிக்கை என்று தொடருவது, எதை ஆதாரமாகக் கொண்டு நீடிக்கிறது என்ற கூற்றை மட்டுமே இந்நூலில் கருத்து வெளியீடாக எழுத முற்படுகிறோம்.

மதங்களின் தோற்றம், அவற்றின் வளர்ச்சி, சமூக அமைப்பிலும், அரசியலிலும் அவை வகித்த- வகிக்கும் பங்கு பற்றிப் புத்தாய்வு செய்ய வேண்டிய கட்டாயக் கடமை எழுந்துள்ளது.

மனிதகுலம் ஓரளவு சிந்திக்கத் தொடங்கிய காலத்திலேயே கடவுள், மகாசக்தி, உலகைப் படைத்தவர், எங்கும் நீக்கமற நிறைந்து இருப்பவர், சர்வ வல்லமை படைத்தவர்... எனப் பலப்பல உருவகங்கள் கடவுளாகக் காட்டப்பட்டுள்ளன. தொடக்கத்தில் இயற்கையை மட்டும் தான் வணங்கியிருக்க வேண்டும் எனக் கருதும் ஆய்வாளர்கள்,

நெருப்பை, காற்றை, ஆறுகளை, வணங்கியதாகவே யூகிக்கின்றனர். கடவுள், ஆதிதேவன் எனும் நம்பிக்கை வெளிப்படுத்தப்பட்ட அதே காலத்தில் அதை மறுத்து, நிராகரித்து அறிவுக் கண்கொண்டு அறிய முயன்றோரும் ஒவ்வொரு சந்ததியிலும் பிறந்து வாழ்ந்து கருத்துக்களை வழங்கியதற்கான ஆதாரங்களும் உள்ளன. கிரேக்க, ரோமாபுரி, சீனா, இந்தியா, தமிழ்நாடு எனப் பல நாடுகளிலும் கடவுள் மறுப்பாளர்கள், அறிஞர்களாக விளங்கி உள்ளனர்.

கடந்த முன்னூறு ஆண்டுக்காலம் மனிதகுல வரலாற்றில், பல மர்ம முடிச்சுகளை அவிழ்த்து, புரியாத புதிராக இருந்த பல விவரங்களைத் தெரிந்து கொள்ள உதவி வருகிறது.

இருகால்களை ஊன்றி நிற்கவும், நிமிர்ந்து நடக்கவும், இருகரங் களால் பல செயல்கள் புரிந்த மனிதகுலம், கைகளால் கருவிகளைக் கையாளத் தொடங்கி வளர்ந்து வந்துள்ள கடந்த 70,000 ஆண்டுக்கால பரிணாம வளர்ச்சியில் கடந்த 500 ஆண்டுக் கால வளர்ச்சி மடங்குகள் வீதம், ஏற்பட்டுள்ள வளர்ச்சி வேகம் ஆகும்...

விஞ்ஞானக் கண்டுபிடிப்புகளை அடிப்படையாகக் கொள்ளாமல், வெறும் யூக அடிப்படையில் நம்பிக்கையை அடிப்படையாகக் கொண்டு இயங்கும் மதம், விஞ்ஞானம் இருளைக் கிழித்து ஒழித்து அறிவொளி பரப்பிய பிறகும், கவர்ச்சி குன்றாது இயங்குவதன் மூல சக்தி எது என்பதை ஆய்வு செய்ய வேண்டியது இன்றைக்கு அவசியத் தேவை ஆகி விட்டது.

இது குறித்து இப்போது எழுதினாலும் பேசினாலும், தங்கள் மனம் புண்பட்டு விட்டதாக ஓங்கிக் குரல் எழுப்ப ஒரு பிரிவினர் இருப்பதைக் காண்கிறோம். நீதித்துறையினரும் கூட, மத உணர்வு களைச் சீண்டாதீர்கள் என உத்திரவிடுவதைக் காண்கிறோம். ஆட்சி பீடத்தில் இருப்போரும் மாற்றுக்கருத்துக் கூறுவோரை, நாடு கடத்துவ தாக, நாக்கை அறுப்பதாக, தலையை வெட்டிக் கொண்டு வந்தால் கோடி ரூபாய் பரிசாகத் தருவதாக அறிவிப்பதையும் கேட்கிறோம்.

செய்திகளாக நாள் தோறும் கேட்டு வருகிறோம். பல சிந்தனை யாளர்கள், எழுத்தாளர்கள் 'மர்மநபர்களால்' கொல்லப்பட்டு வருவது தொடருகிறது.

அண்மையில் ஈரடியால் உலகை அளந்த பெருமாளைப் பாசுரம் பாடி, பூமாலைகள் சூடிப் போற்றி வந்த ஆண்டாளைப் புகழ்ந்து பாராட்டிப் பேசிய கவிஞர் வைரமுத்துவின் உரை குறித்து எழுந்த சர்ச்சையைப் பார்த்த பின்னர், நூறாண்டுகட்கு முன்னர் மூடமூட

நிர்மூடக் கும்பலுக்குள் நுழைந்து, எவ்விதக் கூச்சமும் அச்சமும், தயக்கமும் இல்லாமல், ஈரோட்டு இளைஞன் அறிவுத் தீப்பந்தம் ஏந்தி நடந்த வரலாற்றுச் சம்பவம், நம்மை நெகிழ வைக்கிறது.

தற்போது பல்துறைகளில் வளர்ச்சி ஏற்பட்டுவிட்டது. அறிவுத் துறையும் விரிவடைந்துள்ளது. இருந்தும் அறிவுக்குப் பொருந்தாத கருத்தை மறுத்தால், கழுத்தை அறுப்பேன் என்ற அறிவிப்பு வருகிறது என்றால், கழுமரம் கோலோச்சிய காலத்தில் எவ்வாறு இருந்திருக்க வேண்டும் எனக் கற்பனை செய்யுங்கள்.

அன்றும் பலகோடிப் பேர் பிறந்து வாழ்ந்து வந்தனர். பலர் பல நாடுகட்கும் சென்று மேற்படிப்பும் படித்து, பட்டங்களும் பெற்று வந்தனர். வசதி படைத்த குடும்பங்களில் பிறந்து வளர்ந்தோரும் இருந்தனர். அவர்களில் பலர் செல்வச் செருக்கால் பண்பைச் சீரழித்துக் கொண்டனர். பலர் மேலும் குவிக்க முயல்வதில் முழு மூச்சாய் இருந்தனர்.

இந்த ஒரு மனிதன் மட்டுமே பிறர் வறுமையில் வாடுவது கண்டு நொந்தார். அறியாமையில் உழல்வது கண்டு வெகுண்டார். ஆகவே, கடவுளே இவர்களைக் காப்பாற்று எனக் கூறி, பூஜையில் மூழ்காது, அவற்றைக் களைய வழி என்ன என்பதைத் தேடலானார்.

பல்கலைக் கழகங்களின் படிகளில் ஏறி அவற்றைத் தேய்க்கவும் இல்லை. உள்ளே நுழைந்து புத்தகங்களைப் புரட்டிப் படிக்கவும் இல்லை. ஆகவே, பல்கலைக்கழகப் பட்டங்கள் எதையும் அவர் தேர்வு எழுதிப் பெறவும் இல்லை.

வாய்ப்பு இருந்தும் அவ்வழி அவர் செல்லவில்லை.

ஆனால், மிகப் பெரும் வியப்பு, பின்னர் நிகழ்ந்து கொண்டே இருக்கிறது.

பல்கலைக் கழகப் பட்டம் பெறாத அம்மனிதரின் வாழ்க்கை, கருத்து, கொள்கை, சேவை பற்றி, ஆய்வு செய்து பல மொழி பேசும் பல மாநிலத்தவர், பல மேல் நாட்டார், இங்கு வந்து ஆய்வுசெய்து, ஆதாரங்கள் திரட்டி எழுதியதன் பலனாகப் பலர் முனைவர் பட்டத்தை, முனைவர் பட்டம் பெறாதவரைப் பற்றி எழுதிப் பெற்றுள்ளனர்.

மேலும் எழுதிப் பெற்று வருகின்றனர். - திருவள்ளுவரும், கபிலரும், இளங்கோவடிகளும், கடலுள் மாய்ந்த இளம் பெருவழுதியும், சிறுபாணாற்றுப் படை படைத்த நல்லூர் நத்தத்தனாரும், சித்தர்களும்,

கம்பனும், ஔவையாரும், நக்கீரனும் எந்தக் கல்லூரியில் பயின்றார்கள்? என்ன பட்டம் பெற்றார்கள்?

அறிவின் ஊற்றாக வாழ்ந்து மறைந்ததால், இன்றும் மரணத்தை வென்று வாழ்கிறார்கள் அல்லவா?

நம் மத்தியில் நம் கண்முன்னால், பெரியார் எனும் அறிவுப் பேராறு ஊற்றெடுத்துப் பாய்ந்து மனிதர்களை மனிதர்களாக ஆக்க ஓடிக்கொண்டே இருந்ததை மனித வடிவில் கண்டோம்.

நானும் நேரில் கண்டேன். பயனையும் பெற்றேன். சந்தித்தது சில நேரங்களில் மட்டுமே. உரையாடியதும் சில நொடிகளே. அவர் உரையைக் கேட்டிருக்கிறேன். எழுதியதைப் படித்திருக்கிறேன்.

அவர் சிந்தனையாளர் மட்டும் அல்ல. - பிறரைச் சிந்திக்க வைத்த சிந்தனையாளர். அவர் சிறந்த அறிவுச் செறிந்த மேடைப் பேச்சாளர் மட்டும் அல்ல. இந்த நாடு கண்டு, கேட்டு, மகிழ்ந்து, பயனடைந்த மேடைப் பேச்சாளர்களான, அறிஞர் அண்ணா, புலவர். பொன்னம்பலனார், கி.ஆ.பெ. விசுவநாதன், கலைஞர் கருணாநிதி, நாவலர். நெடுஞ்செழியன், பேராசிரியர் அன்பழகன், விடுதலை ஆசிரியர் - பெரியாரின் நம்பிக்கைக்குரிய வழித்தோன்றல் கி. வீரமணி போன்றோர், பெரியாரின் பள்ளியில் பயின்றோர் என்பதோடு, பட்டியல் முடியாது; சுயமரியாதை சமதர்ம இயக்கம் நடந்த காலத்தில் சிங்காரவேலர், ஜீவா, மணலி கந்தசாமி ஆகியோரும், பெரியாருடன் மேடைக் கலையில் கலந்து விளங்கியவர்கள்தான்.

தமிழ்ப்புலவர்கள், பகுத்தறிவுச் சிந்தனையாளர்கள் பற்பலர் இவரது அறிவு ஊற்றில் நீர் அருந்தி வளர்ந்தவர்கள் என்றும் கூறலாம்.

நடிகவேள் எம்.ஆர். ராதாவும், புரட்சிக்கவிஞர். பாரதிதாசனும், இவரைப் போற்றியதோடு நில்லாது, அவர் வழியிலேயே வாழ்ந்து காட்டிய விந்தையையும் கண்டோம்.

அரசுக் கல்வித்துறையில் பணிபுரியத் தொடங்கிய நெ.து. சுந்தர வடிவேலு, கல்வித் துறையில் பெரியாரை நினைவுபடுத்தியே வந்தார்.

திராவிடர் கழகத்திலிருந்து, தி.மு.க. எனும் பிரிவு ஏற்பட்ட பின்னரும், தங்கள் கழகத்தில், தலைமையிடம் தந்தை பெரியாருக்காக என்றும் இருக்கும் என்றே அறிஞர் அண்ணா கூறிவந்தார்.

தி.க.வும்- தி.மு.க.வும் இரட்டைக் குழாய்த் துப்பாக்கிகள் என்றும் விளக்கம் தந்து வந்தார்.

1967 தேர்தலில், கூட்டணி அமைத்து வெற்றி பெற்று முதல்வர் பொறுப்பை ஏற்ற அறிஞர் அண்ணா, முதலில் பெரியாரைச் சென்று சந்தித்து வாழ்த்தைப் பெற்றதும், 1968இல் சீர்திருத்த முறையில் நடத்தப்படும் திருமணங்கள் சட்டப்படி செல்லும் என்பதற்கான சட்டத்தை நிறைவேற்றிய பின், ஜீவாவின் முதல் மகள் திருமணம், பெரியார் தலைமையில் நடந்த போது, அங்குச் சென்று வாழ்த்துக் கூறிய அண்ணா, அச்சட்டத்தை, பெரியாரிடம் கனி என அர்ப்பணிப்ப தாகக் கூறியதையும் கண்ட போது, சற்றே பாதை வேறுபட்டாலும், ஒரே திக்கில் பயணம் தொடர்ந்ததாகத் தெரிகிறது.

திமுகவிலிருந்து, எம்ஜியார் தலைமையில் அ.இ.அ.தி.மு.க. தோன்றிய பிறகும், பெரியாரின் வாரிசுகள் எனக் கூறிக்கொள்ளத் தவறவே இல்லை. ஆனால், பெரியாரின் பகுத்தறிவுக் கொள்கைகளைக் கடைப்பிடிப்பதிலோ, பரப்புவதிலோ, ஈடுபாடு குறைந்தே காணப் பட்டது. அதில் எம்ஜியார் நோய்வாய்ப்பட்டவுடன் கோயில் களில் பலவகைத் தொழுகைகள், பூஜைகள், அவர் குணநலமடைய வேண்டும் என்பதற்காக நடத்தப்பட்ட யாகங்கள், மண்சோறு உண்ணல், இலைகளைக் கட்டிக்கொண்டு, தரையில் புரண்டு புரண்டு கோயில்களில் வலம் வந்தது, மங்கி மறைந்து கொண்டு வந்த பழைய மத நம்பிக்கைகள், சம்பிரதாயங்கள் மீண்டும் முளைக்கத் தொடங்கின.

அவரே மூகாம்பிகையைத் தொழுவதில் காட்டிய நம்பிக்கை பற்றிய செய்தி, அக்கழகத்தாரிடையே பகுத்தறிவுப் பாதையை விட்டு விலகிச் செல்லும் மாற்றுப் பாதையில் மடை மாற்றம் செய்து விட்டது.

எம்ஜியாரின் வருந்தத்தக்க மறைவுக்குப் பின், அஇஅதிமுகவின் தலைமைப் பொறுப்பிற்குப் பார்ப்பன குலத்தில் பிறந்த ஜெயலலிதா வெற்றி பெற்றது, திராவிட இயக்கத்தின் முதற் பகைப்பிரிவாகக் கருதப்பட்ட குலத்து உதித்தவர், தலைமைப் பொறுப்புக்கே வந்து விட்டதால், கழகத்தின் மூலக்கூறு சிதைந்து விட்டதா? என்ற வினாவைச் சிலர் எழுப்பினர். அது இன்றும் விளக்க முடியாது நீடிக்கும் புதிர் என்றே கூறலாம்.

1967க்கு முன்னர், 1912 லிருந்து அமைந்த பல்வேறு சென்னை மாகாண சட்ட சபைகளில், சட்டமன்ற உறுப்பினர்களாக, பிராமண குலத்தில் பிறந்தோர் பலர் இருப்பது வழக்கம். அவர்கள் பெயர் பெற்ற தலைவர்களாகவும் இருந்தனர். பலர் உயர் பொறுப்புக்களிலும் இருந்தனர். நீதித்துறை, கல்வித்துறை, மருத்துவத்துறை, காவல் துறை ஆகிய அனைத்திலும் பிராமணர்கள் 80 விழுக்காட்டிற்குக் குறையாமல் 1957 வரை இருந்து வந்தனர். எனவே, அரசியல், சமூக, நிர்வாகத்

துறைகளில் அதிகாரம் செலுத்தும் பிரிவாகப் பிராமணர் இருந்தனர். இதை மாற்றிச் சமூக நீதி, கோரிப் போராடத் தொடங்கியதில் நீதிக்கட்சி, பிராமணரல்லாதார் சங்கம், தென்னிந்திய நல உரிமைச் சங்கம் ஆகியவற்றிற்கும் பங்கு உண்டு. ஆனால், அதை முதல் முக்கியக் கோரிக்கையாக்கி, களம் கண்டு போராடி வெற்றியை ஈட்டியவர் பெரியார்.

எனவே அதில் அவரது முத்திரை பதிந்துள்ளது. அவரது இயக்கத்திலிருந்து பிரிந்து தனித்து தி.மு.க இயங்கினாலும், திராவிட இயக்கத்தின் அடிப்படைக் கூறுகளைக் கைவிடாது பரப்பியும் வந்தது. 1957 தேர்தலில் போட்டியிடுவது என எடுத்த முடிவு, தி.க. வின் முக்கிய அடிப்படை நடைமுறையிலிருந்து விலகி நடைபோடத் தொடங்கிய மாற்றத்தைக் கண்டது- தொடர்ந்து திராவிட நாட்டுப் பிரிவினைக் கோரிக்கையையும் கைவிட்டது. கடவுள் மறுப்புக் கொள்கையைக் கைவிட்டு, ஒன்றே குலமும் ஒருவனே தேவனும் என்ற திருமூலரின் மந்திர வாக்கியத்தை முழங்கிற்று. இருப்பினும் திமுக கழகத்தார், மத அடையாளங்களைப் போட்டுக் கொள்வது இல்லை. சடங்குகளைக் கடைப் பிடிக்காதும் இருந்து வந்தனர். மூட நம்பிக்கைக்கான கருத்துக் களைக் கண்டித்தும் வந்தனர். பொதுவுடைமைக் கருத்தைப் பொதுவாக ஆதரித்தும் வந்தனர்.

அறிஞர் அண்ணா தலைமை ஏற்றிருந்த காலத்தில் திமுக சார்பில், சட்டமன்றத்திற்கோ, நாடாளுமன்றத்திற்கோ, ஒரு வேட்பாளர் கூட, பிராமண குலத்திலிருந்து வாய்ப்புப் பெற்றது இல்லை.

234 சட்டமன்றத் தொகுதிகளிலும் ஒரு பிராமணர் கூடப் பிரதிநிதியாக இடம் பெறாத சட்டமன்றமாக தமிழ்நாடு சட்டமன்றம் இருந்து வந்தது.

இந்தியாவிலேயே ஒரு பிராமணப் பிரதிநிதி கூட இல்லாத சட்டமன்றத்தைக் கொண்ட மாநிலமாக, தமிழ்நாடு, கலைஞர் கருணாநிதி முதல்வராக இருந்த போதும் நீடித்தது. அவரைத் தொடர்ந்து எம்ஜியார் முதல்வராக ஆன பிறகும் பிராமணர் அல்லாதாரைக் கொண்ட சட்டமன்றமாகவே தமிழ் மாநில சட்டமன்றம் இருந்து வந்தது.

இந்த நிலை முழுமாற்றம் பெற்று, பிராமணக் குடும்பத்தில் பிறந்த பெண், திராவிட இயக்கப் பிரிவு ஒன்றுக்குத் தலைவராகவே ஆன பெரும் மாற்றம் ஏற்பட்டது.

பதவி பொறுப்பேற்கும் போது அறிஞர் அண்ணாவும், அவரைப் பின் தொடர்ந்து அமைச்சர்கள் அனைவரும் 'உளமார' - மனச்சாட்சிப்

படி, உறுதி எடுத்துக் கொள்கிறேன் என்றே கூறி வந்தனர். 'கடவுளின் பெயரால்' என்பதைக் கைவிட்டனர். இம்முறை கலைஞர், எம்ஜியார் காலத்தின்போதும் நீடித்தது.

ஐம்பதாண்டுகட்கு மேலாக நீண்ட இந்த வழக்கத்தை, திராவிட மரபை மாற்றி, ஆண்டவன் சாட்சியாக என முதன் முதலாக ஜெயலலிதா பதவிப் பொறுப்பேற்பில் உறுதிமொழி எடுத்தார். அவரைத் தொடர்ந்து அமைச்சர்கள் அனைவரும் ஆண்டவன் சாட்சியாக என்றே உறுதிமொழி எடுத்துக் கொண்டனர். அமைச்சர்கள் பலரும் மத அடையாளக் குறிகளை நெற்றிகளில் பளிச்சென்று போட்டுக் கொண்டனர்.

நாவலர் நெடுஞ்செழியன், ராஜாராம், பண்ருட்டி ராமச்சந்திரன் போன்றோர் மட்டுமே புதிய அடையாளப் பூச்சுப் போட்டுக் கொள்ளாது இருந்தனர். கோயில்களுக்குப் போவது, யாகங்கள் நடத்துவது, சோதிடம் பார்ப்பது, நல்ல நேரம் பார்த்து அர்ச்சகர்கள், சோதிடர்களை நாடுவது வழக்கமாகி விட்டன.

முதல் தடவை, முதல்வராகப் பொறுப்பு ஏற்ற ஜெயலலிதா அம்மையார், இளம் வயதுள்ள ஒருவரைத் தத்து எடுத்தது பகுத்தறிவுச் சிந்தனையாளர்களைப் பதற வைத்தது.

அதைத் தொடர்ந்து அந்த இளைஞனுக்கு நடத்தப்பட்ட திருமணம்- அது நடத்தப்பட்ட முறை, பெரியார் நடத்திவந்த, சிக்கன, சீர்திருத்த திருமண முறைகட்கு, நேர்மாறானதாக அமைந்தது.

அதுவும் யாகம் நடத்திய சோதிடர்கள், கூறிய கூற்றின்படி, வெற்றிக்கு மேல் வெற்றி பெறச் செய்யப்பட்டதாம்!!

பல பத்தாண்டுகளாக நடத்தப்பட்ட பகுத்தறிவு இயக்கத்தின் ஒரு முக்கியக் கூறு தகர்க்கப்பட்டது.

குறுகிய கால அளவிற்குள் தத்து எடுக்கப்பட்ட மகன், நடந்து கொண்ட முறையால், தத்து எடுத்த அதே வேகத்தில் தத்தை ரத்தும் செய்தார். வழக்கும் போட்டார். ஆனால், அவ்விளைஞன் அடுத்த முதல்வர் நானே, எனக் கூறி பவனி வந்தான். வலம் வர எங்கிருந்தோ பணம் கொட்டியிருந்தது.

தொடர்ந்து வந்த பொதுத் தேர்தலில் தமிழ்நாட்டு மக்கள், பெரும் தோல்வியை அம்மையாருக்கும், அவரது கழகத்துக்கும் தந்தனர். அதற்கடுத்து வந்த தேர்தல்களில், மீண்டும் போட்டியிட்டு வெற்றி பெற்று, முதல்வர் ஆனவுடன்,

- பிற்படுத்தப்பட்டோருக்கும், ஒடுக்கப்பட்ட தாழ்த்தப்பட்டோருக்கும் ஐம்பது விழுக்காடு, இட ஒதுக்கீடு என்பதை 69 விழுக்காடாக உயர்த்தி ஆணையிட்டார்.

இதனால், அத்துணிச்சல் மிக்க நடவடிக்கையைப் பாராட்டி, திராவிடர் கழகம் சார்பில், அம்மையாருக்குச் சமூக நீதிகாத்த வீராங்கனை என்ற பட்டம் வழங்கப்பட்டது.

மீண்டும் பெரியாரின் குரல் ஒலிப்பது போலத் தோன்றியது.

பெற்றோரால் கைவிடப்பட்ட குழந்தைகளை அரசு எற்று நடத்த அறிவித்த தொட்டில் திட்டமும், அதே பாணியில் அமைந்தது.

மாணவிகட்குச் சைக்கிள், லேப்-டாப் வழங்கியதும் பாராட்டைப் பெற்றது.

மக்கள் நலத்திட்டங்கள் என்ற பெயரால், மலிவு விலையில் அம்மா உணவகங்களில் இட்டிலி, சாம்பார் சாதம், தயிர் சாதம் விற்கத் தொடங்கியது, இன்றைக்கும் இந்தியாவில், தமிழ்நாடுதான் முதலிடம் பெற்றுள்ளது. நலிந்தோர்க்காக எடுக்கப்பட்ட, இலவச அரிசி வழங்கும் திட்டம், திருமண உதவித்திட்டம் போன்றவை, அடிப்படைப் பொருளாதார மாற்றத்தை ஏற்படுத்தக் கூடியதாக அமையவில்லை.

நலத்திட்டங்கள் பலவும் உற்பத்தியோடு சம்பந்தப்படாதவை யாக, அமைந்து விட்டன.

அவை நலிந்தோர்க்காகச் செய்யப்பட்டதால் பாராட்டைப் பெற்றன-

மத்திய அரசு பெரும் கார்ப்பரேட் நிறுவனங்களுக்கு மக்கள் தந்த வரிப் பணத்தில் லட்சம் கோடிக் கணக்கில் வரிச் சலுகை தந்து வந்த போது, தமிழ்நாட்டில் மக்களுக்கு, மலிவுக் கட்டணத்தில் உணவு, தண்ணீர், இலவச சைக்கிள், லேப்டாப் என்று வந்தது, ஒப்பிட்டுப் பாராட்டக் காரணமாயிற்று. அரசின் நிதியை நலிந்தோர்க்காகச் செலவிட்ட அதே காலத்தில், நிர்வாகத்தில் ஊழல் என்பது பெருகியே வந்தது. அதற்கு அவர்கள் இறுதியில் கடுமையான விலை கொடுக்க நேரிட்டது, துயரக் கதையின் சிகரம் ஆயிற்று.

எம்ஜியார் நோய்வாய்ப்பட்ட காலத்தில் கோயில் மணிகள் ஒலித்தது போலவே, பூஜைகள், யாகங்கள் நடந்தது போலவே, அம்மையார் நோய்வாய்ப்பட்டவுடனும், அதே யாக குண்டங்கள் நெருப்பு மூட்டி நெய் டன்டன்னாக ஊற்றி எறிக்கப்பட்டது

மூடப்பழக்க வழக்கங்கள் மீண்டும் புதுப்பிக்கப்பட்டன. அதே காலத்தில் புகழ்பெற்ற மருத்துவர்களும் அழைக்கப்பட்டனர்.

இயற்கை தான் இறுதித் தீர்ப்பை வழங்கி விட்டது. இருந்தும் விசாரணை தொடங்கியுள்ளது,

அவர் வழியில், அம்மா ஆட்சி நடப்பதாகக் கூறுகிற அனைவரும் மத நம்பிக்கையாளர்களாகவும், திராவிட இயக்கப் பாதையிலிருந்து விலகி, மதவாத சக்திகளோடு நல்லிணக்கம் தேடுவோராக ஆகியுள்ளனர்.

திராவிடர் கழகம், திமுக, பின்னர் அ.இ.அதிமுக எனப் பட்டதோடு நிற்கவில்லை.

பின்னர், திரு. வை.கோ தலைமையில் மறுமலர்ச்சி திமுக என்ற அரசியல் கட்சி தோன்றியது. அது இயங்கி வருகிறது.

தி.க. விலிருந்து, தந்தை பெரியார் தி.க., மார்க்ஸ்- பெரியார் கழகம், என்ற அமைப்புக்களும் இயங்கி வருகின்றன.

நடிகர் விஜய்காந்த் தலைமையில் அமைக்கப்பட்டுள்ள கட்சிக்கு தேசிய - முற்போக்குத் திராவிட கழகம் எனப் பெயரிடப்பட்டுள்ளது.

திமுகவில் சேர்ந்து, பின்னர் வெளியேறிய நடிகர் ராஜேந்தர், லட்சிய திராவிட முன்னேற்றக் கழகம் என்று தன் அமைப்புக்குப் பெயர் சூட்டியுள்ளார். இவ்வாறு ஒன்று பலவாகப் பிரிந்து, இயங்கி வந்தாலும், மூலப் பிதாமகனாக; முதல் மூல குருவாக, தந்தை பெரியார் பெயரைச் சொல்லியே வருகின்றனர். இவர்களை அல்லாமல் பெரியாரால் பயன்பெற்று பதவி, கல்வி வசதி, சமூகத்தில் மரியாதை, அரசியல் பதவிகள் பெற்று பலர் உள்ளனர்.

பெரியாரின் அரசியல், சமூகத் தொண்டால், பலன்கள் பெற்ற பெரிய மனிதர்கள் ஏராளம் உண்டு.

நன்றியுடன் பெரியார் பெயரைக் குறிப்பிடுவார்கள். அவரது சேவையால்தான் விடுதலை பெற்று இந்த வாழ்வு வசதியைப் பெற்றோம் என்றும் கூறுவார்கள்.

வீட்டில் பூஜை அறை கட்டி அங்கு அதிக நேரத்தைச் செலவிடுவார்கள்.

இந்தக் கதம்பகோலம் முழுவதையும் ஒன்றாகச் சேர்த்துப் பார்த்துப் பெரியாரின் முயற்சிகள் வெற்றி பெற்று விட்டன. அல்லது தோற்றுவிட்டன என்று தீர்ப்புக் கூறிவிட முடியுமா? பெரியார் கடைப்பிடித்த சமூக நீதிக்கான போராட்டமுறைகள், எழுப்பிய லட்சிய

முழக்கங்கள் காலாவதி ஆகிவிட்டனவா? அல்லது முன்னிலும் முக்கியத்துவம் பெருகின்றனவா?

அம்மையார் ஜெயலலிதா ஆட்சிக் காலத்தில் நடந்த இரு முக்கிய நடவடிக்கைகள், பெரியாரின் சமுதாய முன்னேற்றத்துக்கான நடவடிக்கைகளின் ஆக்கபூர்வ சக்தி, அவருக்குப் பின்னரும் நீடித்திருப் பதைக் காட்டுகின்றன.

தெய்வ பக்தியில் மூழ்கியவராக இருந்தும், பிராமண குலத்தில் பிறந்த பெண், சமுதாய நீதி வழங்க இட ஒதுக்கீட்டில் 69 விழுக்காடு ஒதுக்கிச் சட்டம் இயற்றியது, உயர் சாதியினரின் கடும் விமர்சனத் திற்கு உள்ளானது. சமுதாய மாற்றம் விரும்புவோர், துணிச்சலைப் பாராட்டினர்.

அதை விட, காஞ்சிபுரம் கோயிலில் சங்கர ராமன் என்ற அர்ச்சகர் கோயில் வளாகத்திலேயே வெட்டிக் கொல்லப்பட்ட வழக்கில் கிடைத்த புகார் தகவலின் அடிப்படையில், இந்துமத மக்களின் உயர் குருவாகக் கருதப்பட்ட காஞ்சி காமகோடி பீடாதிபதியைக் கைதுசெய்து கொலை வழக்கைப் போட்டது, நாட்டின் பெருந்தலை களையும் கலங்க வைத்தது. சட்டப்படி நடவடிக்கை என எடுத்த செயல், ஈரோட்டு இளைஞனின் உயிர், உயிர்த்தெழுந்ததைக் காட்டியது.

அன்றைய தினம், மதுரையிலிருந்து ரயிலில் வந்து கொண்டிருந் தேன். பெரிய குடும்பத்தைச் சேர்ந்த உயர் சாதியில் பிறந்தவர் என் எதிர் பக்கம் உட்கார்ந்திருந்தார். அவருடைய மகனும் உடனிருந்தார். அவர் அமெரிக்காவில் கார்ப்பரேட் நிறுவனத்தில் உயர் பதவியில் இருப்பவர்.

இருவரும் காஞ்சிப் பெரியவரைக் கைது செய்த செய்தியைக் கூறி, கடுமையாக முதல்வரைச் சாக்கடை மொழியில் தாக்கத் தொடங்கினர். முகம் சிவந்து, சொற்கள் கனலாகக் கொட்டின; கோபத்தைக் கொட்டி விட்டு, பேசிக் களைத்தவர்கள் உங்கள் அபிப்பிராயம்...? எனக் கேட்டனர்.

அவரும் இந்தியக் குடிமகன்தான் எனவே சட்டப்படி நடவடிக்கை எடுக்கப்படலாம்! என்றேன்.

இருவரும் என் மீது பாயவில்லை. மாறாக, சீற்றத்துடன், போப் ஆண்டவரைத் தொடமுடியுமா...? எங்கள் குரு மட்டும் சாதாரணக் குடிமகனா? அவரைத் தொட்ட பாவத்தைச் செய்த, இந்த....கி என்ன ஆகிறாள் பாருங்கள். எங்கள் பெருமாள் அடித்துக் கொல்வார் என்று

சோதிடம் கூறி முடித்தனர். எத்தனை பேர் இப்படிச் சாபமிட்டனரோ! துணிந்து நடவடிக்கை எடுத்ததன் மூலம், அவர் மீதான இதர விமர்சனங்களை குறைக்க வைத்தார்.

திராவிட இயக்கக் கூறுகளில், சில தனிநபர் பலவீனங்களைத் தாண்டியும் நீடிக்கின்றன. ஜெயலலிதா அம்மையார் கேரளாவிலுள்ள கோயில் ஒன்றுக்கு யானைக் குட்டியைக் காணிக்கையாக வழங்கினார். பெரியாரின் அறக்கட்டளைக்கும் ஐந்து லட்சம் நன்கொடை வழங்கினார். அன்னை தெரசாவையும் வணங்கினார். இஸ்லாமியர்களின் நோன்பு விழாவிலும், ரமலானிலும் பங்கேற்றார். கிறித்தவர்கள் இஸ்ரேலில் உள்ள எருசலேம் சென்று வரவும், இஸ்லாமியர் மெக்கா சென்று வரவும் நிதி உதவித் திட்டங்கள் வகுத்தார். அயோத்தியில் இராமர் கோயில் கட்ட செங்கல்லும் அனுப்பினார்... பெரியாராலும், அண்ணாவாலும் பாராட்டப்பட்ட நிகழ்வுகளைப் பெருமையுடன் கூறி வந்தார். அவர்களுடன் எடுக்கப்பட்ட புகைப்படங்களை மரியாதையுடன் காட்சிக்கு வைத்திருந்தார்.

அவரது வாழ்க்கையும் வெளிப்படையாக அமையவில்லை. எடுத்த பல முடிவுகளும் விளக்கிக் கூறப்பட்டது இல்லை. அவரது அக- இல்லற வாழ்க்கையும், பிராமணகுலத்தார் ஏற்பதாக அமையவில்லை. அவர் நோய்வாய்ப்பட்டதைப் பலரும் அறிவர். சில ஆண்டுகளாகவே, நோயின் தாக்குதலால் அவரது நடமாட்டம் குன்றி இருந்தது. பெண் ஒருத்தியின் உதவியைச் சார்ந்தும் இருந்தது. அவரது மறைவுக்குப் பின் எழுந்த சர்ச்சைகள் வேறு எவருக்கும், நிகழாது இருப்பது நல்லது. இயற்கையின் இறுதித் தீர்ப்பு நிறைவேறியதால், நீதிமன்றத் தீர்ப்பின் விளைவுகளை அவர் சந்திக்கவில்லை. மரணம் பற்றிய விசாரணைத் தீர்ப்பு எப்படி வந்தாலும், அதற்குப் பின்னரும் சந்தேகங்கள் எழுப்பப்படும்; அவர் எழுந்து வந்து அதற்கு முற்றுப்புள்ளி வைக்க வழி இல்லையே!

அவரது அரசியல் வெற்றிகளும், துணிச்சலும், வருங்காலத்திலும் நினைவுபடுத்தப்படக் கூடும்.

பெரியாரையும் விமர்சிக்கும்!

அண்மைக்காலமாகச் சில தலித் அமைப்புகளைச் சேர்ந்த இளைஞர்கள் பெரியாரின் முழு இயக்கத்தையும் புரிந்துகொள்ள முயற்சிக்காமல், அவர் தலித்துகளுக்கு நன்மை செய்யவில்லை; தலித்துகளை ஒடுக்கி மோதிக் கொண்டேயிருக்கிற பிற ஜாதியாருக்கு இட ஒதுக்கீடு கேட்டு, அவர்களுக்காகத்தான் பதவிகளைப் பெற்று கொடுத்திருக்கிறார் என்று விமர்சனம் என்ற பெயரால் ஆதாரமற்ற அடிப்படையில்லாத ஒரு குற்றச்சாட்டைக் கூறியுள்ளனர். இது தமிழ் நாட்டில் மட்டுமல்ல; இந்தியா முழுமையிலும் தலித் அமைப்புகளில் உள்ள சில தீவிரவாதிகள்; பொதுவுடைமை இயக்கமும் தலித் உழைப்பாளர்களைப் போராட்டங்களில் முன்னிறுத்தி பலி கொடுத்து தன் கட்சியை வளர்த்துக்கொண்டது என்றும், கம்யூனிஸ்டுகள் தங்களது புரட்சிக்கு, விஞ்ஞானிகள் தங்கள் சோதனைச் சாலையில் தவளைகளையும் எலிகளையும் முயல்களையும் எவ்வாறு அறுத்து படித்துக்கொள்ள பயன்படுத்துகிறார்களோ அதேபோல் தலித்துகளை தஞ்சையில், தமிழ்நாட்டில் நடந்த போராட்டங்களில் கீழவெண்மணி வரை தலித்களைப் பலி கொடுத்து, கம்யூனிஸ்ட் கட்சி பட்டம் சூட்டிக் கொண்டது என்று பேசியவர்களையும், எழுதியவர்களையும் பார்த்துள்ளேன்.

இந்தத் தவறான பார்வைக்கு அவர்களது அனுபவக்குறைவே காரணம். தந்தை பெரியார் தலித்துகள் உட்பட, பிற நூற்றுக்கணக்கான ஜாதியினரையும், பார்ப்பனர்கள் அடிமைகளாகத்தான் நடத்தி வந்த ஆதிக்கத்திலிருந்து அனைவரையும் விடுவிப்பதுதான் பெரியாரின் நோக்கம் ஆகும்.

கம்யூனிஸ்டுகளின் லட்சியமும் அதுவே. ஆனால் தலித் அமைப்புகளில் சிலர் இதைத் தவறாகப் புரிந்துகொண்டதற்கு சூழலும் காரணமாக இருக்கிறது.

பாடுபடும் தலித் மக்கள் காடுகளில் வயல்களில் உழைக்கிற இடங்களில் பார்ப்பனர்களைச் சந்திப்பது இல்லை. முரண்பாடும் ஏற்படுவது இல்லை.

ஆனால் காடுகளில் வயல்களில் உழைக்கிற இடங்களில் தலித்துகள் வேலை செய்யும்போது அங்குதான் கவுண்டரும் இருக்கிறார். வன்னியரும் இருக்கிறார். தேவரும் இருக்கிறார். முதலியாரும் இருக்கிறார். அதாவது அக்கம்பக்கத்தில் சேர்ந்து வேலை செய்ய வேண்டியவர்களாக இவர்கள்தான் உள்ளனர்.

எனவே, இயல்பாகவே மோதுதல், சச்சரவு, போட்டி ஏற்பட பல காரணங்கள் உள்ளன. ஒரு தலித்தின் ஆடு வன்னியர் ஒருவரின் வரப்பில் புல்மேய்ந்து விட்டது என்பதற்காகவும் சண்டை வரலாம். இதேபோல் வடபுலத்திலும் ஜாட்டுகள் தாக்கூர்கள் யாதவ்கள் ஆகியோருக்கு எதிராகத்தான் தலித்துகளுக்கு பகைமை உறவு ஏற்படுகிறது.

இதனால்தான் மாயாவதி அம்மையாரே, பார்ப்பன சாதியாரோடு தேர்தல் கூட்டு வைத்தார். ஆனால் ராம்விலாஸ் பஸ்வானோடு உறவு சொள்ள மறுக்கிறார்.

நம் தமிழ்நாட்டில்கூட விடுதலை சிறுத்தைகள் தொல் திருமாவளவன் தலைமையில் இயங்குகிறது. புதிய தமிழகம் கிருஷ்ணசாமி தலைமையில் இயங்குகிறது. ஜான் பாண்டியன், பூவை மூர்த்தி, அருந்ததியர் சங்கம் என்று பல பிரிவுகளாக இயங்கும் இவர்கள் ஏன் ஒன்றுபடமுடியவில்லை என்பதை நிதானமாக சிந்தித்தால், பெரியாரையும் பொதுவுடைமை கட்சியையும் சரிவர ஏன் புரிந்துகொள்ள முடியவில்லை என்பதும் புரியும்.

முதலில் கண்ணாடி முன் நின்று, உங்கள் முகத்தைப் பார்த்துக் கொள்ளுங்கள். பெரியார் போன்ற எந்த எதிர்பார்ப்பும் இல்லாமல் இருந்த பதவிகளையும் தூக்கி எறிந்துவிட்டு, தானாகத் தேடிவந்த பதவிகளையும் துறந்துவிட்டு, புரட்சிகரத் துறவியாய் நமக்கென வாழ்ந்த நல்லறிஞரைப் புகழாவிட்டாலும், இல்லாத பழியைச் சுமத்தா தீர்கள் என வேண்டுகிறேன்.

பெரியாரின் தனித்துவம்

பொதுவாகப் பெரியார் கடவுள் மறுப்பாளர்; மூட நம்பிக்கை எதிர்ப்பாளர்; ஜாதி ஒழிக்கப் போராடியவர்; பார்ப்பன எதிர்ப்பாளர் என்று மட்டுமே பலரால் அடையாளப்படுத்தப்படுகின்றார்.

பெரியார் இவையனைத்தையும் தன்னுள் கொண்ட ஒரு இயக்கமாக வளர்ந்தவர். தந்தை பெரியார் இவற்றையெல்லாம் நான் தான் தொடக்கினேன்; நான்தான் செய்கிறேன் என்று என்றும் கூறியது இல்லை. எல்லோரும் வாருங்கள்; சிந்தியுங்கள்; செயலாற்றுங்கள்; மனிதர்களாக ஆகுங்கள் என்றுதான், பேசியும் எழுதியும் வந்தார்.

பெரியாருக்கு முன்பே பல நாடுகளில் கடவுள் மறுப்பாளர்கள் பலர் இருந்துள்ளனர். ப்யூயர்பாக், வால்டேர், இங்கர்சால், எப்பிக்கூரஸ், ரஸ்ஸல், ஜாக் லண்டன் போன்றோர் பலர் இருந்துள்ளனர். கார்ல் மார்க்சும், ஏங்கல்சும் பலரை மேற்கோள் காட்டியுள்ளனர்.

அண்மைக் காலத்தில், கருந்துகளைக் கண்டு பிடித்து நோபல் பரிசு பெற்றுள்ள விஞ்ஞானிகள் கடவுள் இல்லை எனக் கூறியுள்ளனர் 15-3-18 அன்று காலமான ஸ்டீபன் ஹாக்கின்ஸும் கடவுள் மறுப்பாளர் தான். ஆக, பலர் பலகாலங்களில் அக்கருத்துக்காக எழுதி வந்துள்ளனர். போராடியும் வந்துள்ளனர்.

இவர்கள் அனைவரிடமிருந்தும் பெரியார் மட்டும்தான் ஒரு பெரும் மாறுதலை உண்டாக்கியிருக்கிறார். கடவுள் மறுப்பாளர்கள் அது குறித்து பேசியிருக்கிறார்கள். எழுதியுமிருக்கிறார்கள். ஆனால் அவர்கள் இறந்தபின்பு, அதே பணியைத் தொடர்வதற்கு எந்த ஒரு அமைப்பையும் உருவாக்கியது இல்லை.

பெரியார்தான் உயிருடன் உள்ளபோதே சுயமரியாதை இயக்கம், திராவிடர் கழகம் எனத் தொடக்கியவர், அந்த அமைப்புக்காக ஏராளமான சொத்துக்களைச் சேர்த்து வைப்பதில் கவனம் செலுத்தினார்.

அரசியலில் அல்லது பொது வாழ்க்கையில் பங்கேற்றுச் சொத்து சேர்த்துக் கோடீஸ்வரர்களான பலருடைய வரலாற்றைக் கண்ணாரக் காண்கிறோம்.

ஆனால், பெரியார் ஒருவர்தான் தன் குடும்பச் சொத்தையும், பொது வாழ்க்கைப்பணியைச் செய்வதற்காகப் பலருக்கும் பயிற்சி கொடுப்பதற்காகத் தன் சொந்தப் பணத்தை வாரி வாரிச் செலவிட்டவர். அத்துடன் கழகத்துக்காக நிதி சேர்த்துச் சொத்துக்களும் வாங்கி, அவற்றை யாரும் தனக்குப் பின்னால் கைப்பற்றி விடக்கூடாது என்பதற்காகக் கண்டிப்பான விதிகளைக் கொண்ட அறக்கட்டளையைப் பதிவு செய்து பணத்தை வங்கியில் எவரும் எளிதாக எடுக்கக்கூடாத முறையில், சட்டப் பாதுகாப்புடன் பூட்டி வைத்தார் பெரியார்.

அவர் வாழும்போதே பல கல்வி நிறுவனங்களையும் அமைத்தார். அவருடன் பணிபுரிந்த பெரியாரின் நம்பிக்கைக்குரிய ஆசிரியர் வீரமணி, அப்பணியை அம்மையார் மணியம்மையுடன் சேர்ந்து தொடர்ந்து நடத்தி, பொறியியல் கல்லூரியையும் கட்டியுள்ளார். கலைக் கல்லூரியும் உண்டு. ஆசிரியர் பயிற்சிக் கல்லூரியும் உண்டு. இன்றைக்கும் குடியரசு பதிப்பகம் நாள் தவறாமல் விடுதலை பத்திரிகையை வெளி

யிட்டு வருகிறது. சிறுபிரசுரங்களையும் வெளியிடு கிறார்கள். இவற்றுக் கெல்லாம் எங்கிருந்து நிதி கிடைக்கிறது என்று கேட்டால், பெரியார் ஒவ்வொரு பணிக்கும் நிரந்தர வைப்புநிதி வைத்து, அதிலிருந்து வரும் வட்டியைக் கொண்டு இப்பணிகளை தொடரச் செய்திருக்கிறார் என்பது தெரிய வருகிறது.

இது வேறு எவரும் செய்யாத பெரும் காரியம்.

பொதுவாக ஆட்சி அதிகாரத்துக்கு வந்து அதைப் பயன்படுத்தி சில காரியங்களைப் பலர் செய்கிறார்கள். ஆனால் இந்தப் பெரிய மனிதர் மட்டும்தான் அதிகாரப் பற்றை உதறிவிட்டு துறவிக் கோலத்திலே வாழ்ந்தவர்; தாம் சேர்த்த பணத்தைக் கொண்டு நற்பணிகள் பல செய்ய, நிரந்தர அமைப்பு ஒன்றை உருவாக்கிவிட்டுப் போயுள்ளார் என்பது அவரது தனித்துவத்தைக் காட்டுகிறது.

இந்த ஒரு செயல், அவருக்கு வழங்கப்பட்ட பெரியார் என்ற பட்டம் ஏன் தாய்க்குலத்திடமிருந்து பிறந்தது என்பதற்கான மூலம் இப்போது புரிகிறது.

தந்தை பெரியார் திருச்சியில் மழலையர் பள்ளியிலிருந்து தொழிற்கல்வி வரை படிக்க விடுதியோடு கூடிய கல்விக் கூடமொன்றை அமைத்துள்ளார். அங்குப் பெற்ற தாய் தந்தையரால் வேண்டாம் அல்லது வளர்க்கமுடியவில்லை எனக் குப்பைத் தொட்டியில் அல்லது தெருவில் வீசியெறியப்பட்ட குழந்தைகளையும் தேடி எடுத்து வந்து அங்கு விடுதியில் தங்கிப் படிக்க வைக்கிறார்கள். அவ்வாறு வரும் பிள்ளைகளின் அப்பா யார் அம்மா யார் என்பது தெரியாது. எனவே என்ன சாதி என்ன மதம் என்பதும் தெரியாது. ஆனால் கல்வித் துறையின் விதிகளின்படி அப்பா அம்மா பெயர்கள் எழுதப்பட வேண்டும் அல்லவா! நாம் இல்லையென்றால் சாதிப் பெயரைக் கேட்டு அவர்களே எழுதி விடுகிறார்கள் அல்லவா? இந்தப் பள்ளிக்கூடத்திலே தான், அந்தக் குழந்தைகள் அத்தனைக்கும் தந்தை என்ற பெயரைக் குறிக்கும் முறையில் அக்குழந்தைகளின் பெயர் பதிவு செய்யப்படுகிறது. இது ஜெயலலிதா அம்மையார் ஆட்சிக்கு வந்து தொட்டில் திட்டம் என அறிவிப்பதற்கு 25 ஆண்டுகளுக்கு முன்பிருந்தே செயல்பட்டு வரும் அறிவுக் கோவிலாகும்.

இதை மனிதநேயத்தின் உச்சம் என்போமா! அருங்குணத்தின் சர்வாம்சம் என்போமா! அன்பு, அருள், இரக்கம், பரிவு என மனிதருக்குள்ள அத்தனை நற்குணங்களும் பால்போல் வடிவதை நம் கண்முன்னால் காணமுடிகிறது.

இதைத்தான் ஷேக்ஸ்பியர் Milk of human kindness என்று வருணித்தார். இதில் அன்பின் சிகரத்தையும் காண்கிறோம். அறிவின் ஒளிவிளக்கையும் கண்டு மகிழ்கிறோம். இவருக்கென்று ரத்த வாரிசுகள் யாராவது இவரது பெயரை அல்லது இவரது சொத்தை வைத்து இந்த மண்ணில் தங்களை வளர்த்துள்ளனரா எனப் பார்த்தால், தடியூன்றிய அந்தத் தனிமனிதர், தன் பெயரைக் கூறி, உறவு சொல்லி அதன் பயனாய் யாருக்கும் இடம் தந்தது இல்லை என்பது அவரது இணையற்ற சீலத்தைக் காட்டுகிறது. இவரை அரசியல் அறிஞராகவும் பார்க்கலாம். சிறந்த முனிவராகவும் தரிசிக்கலாம்.

சுருங்கச் சொன்னால், நம் அனைவரையும் விடுவிக்க, தன் வாழ்வை அர்ப்பணித்த நாம் நேரில் காண, வணங்க வாய்ப்பையும் தந்த பெரியார் எனும் பெரியார், உண்மையில் பெரியாரின் பெரியார்தான்.

புதிய பாதை படைத்தவர் தந்தை பெரியார்

கவிஞர். வைரமுத்து, நம்முடன் வாழ்ந்து கொண்டிருக்கும் நற்றமிழ்க் கவிஞர். அவரது கவிதைகளால் ஈர்க்கப்பட்ட தமிழ் ஆர்வலர்கள், அவரை கவிப்பேரரசு என அன்போடு அழைக்கின்றனர். சிலர் அவரை திரைப்படப் பாடலாசிரியர் என்று மட்டுமே வருணிப்பதையும் கேட்டுள்ளேன்.

அவர் திரையுலகத் தளத்தைத்தாண்டி, தமிழுக்குப் புகழ் சேர்த்து வருகிறார். செந்தமிழைச் செழிக்கச் செய்கிறார். நான் அவரை அறிவை முடிவற்றுத் தேடும் நற்றமிழ்க் கவிஞராகக் காண்கிறேன்; நல்லன நாடும், மாற்றம் தேடும், வளர்ந்து கொண்டே இருக்கும் செந்நாப்புலவனாகப் பார்க்கிறேன். பட்டங்கள் சூட்ட விரும்பவில்லை.

பட்டமளிப்பவர்கட்கும் தகுதி வேண்டுமல்லவா?

அண்மையில் அவர், ராஜபாளையம் நகரிலுள்ள மண்டபம் ஒன்றில், ஆண்டாளைப் பற்றி ஆற்றிய உரையில், அமெரிக்கப் பல்கலைக் கழகப் பேராசிரியர், ஆண்டாளைப் பற்றி எழுதியுள்ளவற்றை மேற்கோள் காட்டிப் பேசியுள்ளார்.

அதுகுறித்து, ஆண்டாளை அவர் அவமதித்து விட்டதாகவும், அதனால் மனம் புண்பட்டு விட்டதாகவும், இந்து மதத்தையே பழித்துப் பேசிவிட்டதால், அவரது நாக்கை அறுக்க வேண்டும், அவர் தலையை வெட்டிக் கொண்டு வந்தால் கோடிகளில் பணப்பரிசு. மன்னிப்புக் கேள், இல்லையேல் சாகும் வரை நான் உண்ணாவிரதம் இருப்பேன் என ஒரு ஜீயர், பல ராசா, ராணிகள், அரசியல் கட்சியினர் மந்திரிகள்... எனப் பலரும் பேசி வருவதைக் கேட்டு வியப்போ, கோபமோ ஏற்படவில்லை. மாறாக வேதனைப்பட்டேன்.

அன்று மாலையே, ஒலிப்பதிவு செய்யப்பட்ட, ஒரு தேசியக் கட்சியின், தேசிய செயலாளர் பேசியதை என் தோழர் தந்து கேட்க வைத்தார். அதில் அவர், கவிஞரைப் பெற்றெடுத்த தாயைப் பழித்துப் பேசியதைக் கேட்ட போது, என் பிறவிக் குணமான சீற்றம் எழுந்தது!

"காவா நாவிற் கனக விசயனை, கட்டி இழுத்து வந்தான் சேரன்" என மேடை தோறும் முழங்கிய தமிழா; இந்த வசைச் சொற்களை

கேட்டும், பின்னும், அமைதி காத்தாயே ஏன்? என்ற ஆய்வில் ஆழ்ந்து விட்டேன்.

"மண்வெட்டி கூலி தின்னலாச்சே! எங்கள் வாள்வலியும் தோள்வலியும் போச்சே!" என மறவன் பாட்டில் பாரதி இதற்காகத்தான் எழுதினாரோ?

தமிழ் நாட்டு எழுத்தாளர்கள், கவிஞர்கள் சிலரிடம் ஒரு வகை பலவீனம் இருப்பதைக் கண்டுள்ளேன்.

நான் பழகிய கவிஞர்களில் சிலர், தன்னைத்தவிர பிற கவிஞர்களை, கவிஞர்களாகவே ஏற்றுக் கொள்ளாது, குறைகூறிப் பேசக் கேட்டுள்ளேன்.

நான் பல்லாண்டுகள் நெருங்கிப் பழகிய நண்பர், தலைசிறந்த எழுத்தாளர் ஜெயகாந்தன், பலரையும் மட்டந்தட்டியே பேசுவதை, நாட்டார் கேட்டுள்ளனர். அவர் அதை விமர்சனம் எனக் கூறி வந்தார். ஒட்டக்கூத்தனுக்குக் கம்பனைப் பிடிக்காது என்பார்கள்...

கவிஞர். வைரமுத்து மாறுபட்ட மனிதனாக உலாவுவதைக் காணமுடிகிறது.

அவருக்கென்று உறுதியான நம்பிக்கைகள், கோட்பாடுகள், கொள்கைகள் இருக்கலாம். ஆனால், போற்றுவதைப் போற்றி, புகழ் பரப்பும், உயரிய குணம் இருப்பது தெரிகிறது.

தமிழ்த் தாத்தா, பண்டைத் தமிழ் இலக்கிய ஓலைச் சுவடிகளைத் தேடி எடுத்துத் தொகுத்து, அச்சிடச் செய்து வழங்கியதன் மூலம், தமிழுக்கு உ.வே. சாமிநாத அய்யர் ஆற்றிய அரிய பணி பலரால் போற்றப்பட்டாலும் சிலரால், சில குற்றச்சாட்டுக்களும் கூறப்பட்டே வந்தன.

அகழ்வாய்வு மூலம், புதையுண்டு போன பண்டைக் காலத்து கட்டிடக்கலை, தொன்மைக் காலத்திலேயே பயன்படுத்தப்பட்ட உலோகக் கருவிகள், கல் எழுத்துக்கள்... போன்றவற்றை மீட்டெடுத்து, இன்று வாழும் மனித சந்ததிக்கு, 15,000, 20,000 ஆண்டுகட்கு முன் மனிதன் கட்டிய கட்டிடம், செய்த ஆயுதம் என்பதை விளக்கும் போது எத்தனை பெருமை கொள்கிறேன்.

அதேபோன்று மொழி, இலக்கியத் துறையிலும், புதையுண்டு போய்விட்ட புதையல்கள் பல உண்டல்லவா?

அதை அனைவரும் தேடிக் கண்டறிய முடியுமா? சில சிற்பிகள் அப்புனிதப் பணியைச் செய்கிறார்கள்.

இந்த முறையில் பார்த்தால், கவிஞர். வைரமுத்து, லெமூரியாக் கண்டத்திலிருந்து மூழ்கிப் போன நாட்டில், வாழ்ந்து மடிந்து போன கவிப் பேரரசுகள் படைத்தவையும் கடலுள் மண்டிக் கிடக்கலாம் அல்லவா?

தோண்டி எடுத்து, துருத்துடைத்து, எண்ணெய் பூசிக்காட்டும் சேவையைப் பாராட்ட வேண்டும்.

கவிஞர். வைரமுத்து, தமிழ் மக்கள் மறந்திருக்கும் மாணிக்கங்களை மீட்டெடுப்பி மக்கள் காணப் பணியாற்றுகிறார்.

வள்ளலாரைப் பற்றிய அரிய உரை,

வள்ளுவரைப் பற்றிய தெளிவுரை. இராமானுசரைப் படம் பிடித்துக் காட்டிய அழகு... எனப் போற்றியவர், மக்களையும் போற்ற வைத்து வருகிறவர் வைரமுத்து.

தமிழ்த்தாய் பெற்றெடுத்த வைர-முத்து!

இவரது நாவால், பக்திப் பாடல்களால், பக்தியை வளர்த்ததோடு, தமிழையும் செழிக்கச் செய்த செந்தமிழ்ச்செல்வி ஆண்டாளைப் பழித்து ஒரு சொல் அவர் நாவில் வருமா?

காந்தியடிகளையும், ராஜாஜியையும், பெரியாரையும் டாஸ்மாக் கடை பாரில் பார்த்தேன் என்றால் நம்பமுடியுமா?

சொல்பவன் யார்? என்று மட்டும் பார்த்தால் போதும்.

விவாதிக்கப்படும் அக்கூட்டத்தை ஏற்பாடு செய்தவர், தினமணி ஆசிரியர். மதப் பற்றாளர். தமிழ்ப் பற்றும் கொண்டவர். தலைமை தாங்கியவரும் பக்திமிக்க குடும்பத்தைச் சேர்ந்தவர். தமிழ்நாட்டின் முதல்வராக இருந்து மறைந்த திரு. குமாரசுவாமி ராஜாவின் சகோதரர் மகன். நேரில் கேட்டோர் நான்காயிரம் பேர்.

அங்கு எவருக்கும் எச்சொல்லும் மனதைப் புண்படுத்தவே இல்லை. ஆனால், அந்த இடத்திற்கே போகாதவர், கேட்டுப் பொங்கி, வெம்பிச் சாடுவதாகப் பேசியுள்ளார்.

யார்? யாரைப் பழிக்கிறார்? இருவரில் யார், தமிழை அறிந்தவர். யார் தமிழுக்குத் தொண்டாற்றுகிறவர்? இவற்றைத் தெரிந்து கொள்ள பல்கலைக்கழகத்தில் பட்டம் பெற வேண்டுமா?

பகலவனைப் பார்க்கக் கண்ணாடி எதற்கு? இதைத்தான், "காதிருந்தும் கேளாதோர், கண் இருந்தும் காணாதவர், மூளை இருந்தும்..." எனச் சொல்ல வேண்டியுள்ளது.

இத்தகையோர், மதத்தையும், விரிந்த அளவில் ஆன்மீகத்தையும் பாதுகாப்பதாகப் பசப்புவது பச்சையாகத் தெரிகிறது.

“எவ்வுயிர்க்கும் செந்தண்மை பூண்டொழுகிய, பண்டைக்காலச் சமயச் சான்றோர்கள், எல்லோரும் இன்புற்றிருக்க நினைப்பதுவே அன்றி வேறு ஒன்றறியேன் பாரபரமே” என்ற உயரிய லட்சியக் கனவை வெளியிட்டவர்கள்...

- யாதும் ஊரே, யாவரும் கேளிர் என்றனர்.

- பிறப்பொக்கும் எல்லாவுயிர்க்கும் என்றார் திருவள்ளுவர்.

பசிப்பிணி அறுக என்றார் மணிமேகலை - வாடிய பயிரைக் கண்ட போதெல்லாம் வாடினேன் என்றார் வள்ளலார். திருவாசகத்துக்கு உருகாதார், ஒருவாசகத்துக்கும் உருகார் - என்றே படித்துள்ளோம்.

- என் கடன் பணிசெய்து கிடப்பதே என்றனர்.

- அவர்கள் கடவுள் மீது கொண்ட காதலால் கசிந்துருகி, சிருங்கார ரச நடையில், கல்லும் கனிய இனிய தமிழ் மொழியிலேயே பாடி, தமிழையும் வளப்படுத்தினர். மக்களையும் வசப்படுத்தினர்.

அவர்கள் வழியில் வந்தவர்கள் கசாப்புக் கடைக்காரன் பாணியில் நாக்கு, மூக்கு, தலை, ரத்தம் என்று பேசுவார்களா?

இவர்கள் பார்வையில் கவிஞர் வைரமுத்து மட்டுமா? திரைப் படத்தில் வரும் வசனம், பாடல், காட்சியை வைத்து, எத்தனை கலகங்கள்? எத்தகைய விவாதங்கள்? - இவர்கள் கபட சந்நியாசிகள். இவர்களால் மதத்துக்குத்தான் முதல் கேடு விளையும். விஞ்ஞானத்துக்கு அல்ல! இத்தகையோரை “ஒறுத்தல் பைங்கூழ் களை கட்டதனொடு நேர்” என்பதை உணர வேண்டும்.

2017ஆம் ஆண்டின் இறுதிப் பருவத்தில், தமிழ்நாட்டில் மட்டும் அல்லாது, ‘இந்தியா முழுவதிலும் நடத்தப்பட்டு வரும் கூத்துக்களைப் பார்க்கும்போது, 120 ஆண்டுகட்கு முன்பு, இத்தகைய கூட்டத்தை பெரியார் என்ற மனிதர் துணிந்து நிமிர்ந்து நின்று போரைத் தொடங்கிய காட்சியை, மனத்தில் நிறுத்திப் பார்த்தேன்!

அவர் கம்பீரமாக எழுந்து நின்ற காட்சியும் தெரிந்தது.

அதைவிட அவர் இப்போதும் பூமியில் எவர்க்கும் அஞ்சாத ஞானச் செருக்குடன் நடந்து கொண்டிருப்பதும் புலப்பட்டது.

மறுபுறம் நம் நாட்டிலுள்ள குருக்கள், ஜீயர்கள், ஆச்சாரியர்கள், பக்தர்கள் ஆகிய எவருக்கும், அவர்களால் சர்வசக்தி படைத்தவர் என

போதிக்கப்பட்ட, ஆதி அந்தம் இல்லாத கடவுள்களின், சிலைகளை, ஆகமவிதிப்படி வேதங்கள் ஓதி 'பிரதிஷ்டை' செய்யப்பட்டவை திருடி விற்கப்பட்ட செய்தி கேட்டு, மனம் புண்பட்டதாக ஒருவர் கூடக் கூறக் காணோம்.

கோயில் வளாகத்திற்குள், கோயில் அர்ச்சகர் சங்கர ராமன் வெட்டிக் கொல்லப்பட்டது கண்டு கொதிக்காத நெஞ்சங்கள்.

கோயில் நகைகள் கொள்ளையிடப்பட்ட செய்தி கேட்டு கோபப்படாத பக்த கோடிகள், ஒரு சொற்பொழிவில் கூறப்பட்ட ஒரு சொல்லால் புண்பட்டு விட்டதாகக் கூறி, துடிதுடித்து எழுந்து தடியைத் தூக்கும் காட்சியைக் காணும் போது கைத்தடியுடன் பெரியார் நடந்ததன் காரணம் விளங்குகிறது.

வந்துபோன பல கோடிப் பேரில் இராமசாமிப் பெரியாரும் ஒருவரா? அல்லது தனித் தடம் பதித்தவரா? எனப் பார்க்க முயன்றேன்...

பல்கலைக்கழகங்களில் படித்துப் பல பட்டங்களைப் பெற்ற பல அறிவுத்துறை நண்பர்கள், என்னுடன் உரையாடும் போது வாதிட்ட முறை என்னை வியக்க வைத்தது. அவர்கள் என்னிடம் பேசும்போது "கம்யூனிஸ்டுகளாகிய நீங்கள், கடந்த முன்னூறு ஆண்டுகளாக முதலாளித்துவத்தை எதிர்த்து, அகற்றி, சமதர்ம சமுதாயம் போராடியும் அமைப்போம் என்று எழுதியும், பேசியும், வருகிறீர்கள்... ஆனால் முன்பிருந்த முதலாளிகளைவிட, பல மடங்கு பணபலம் உடைய பில் கேட்ஸ், வாரன் பவ்வட், முகேஷ் அம்பானி, அதானி என்பவர் போன்ற பட்டியலோடு, புதிய கோடீஸ்வரப் பட்டாளம்தானே பெருத்து உள்ளது. உங்கள் கட்சி, இருந்த ஆட்சியையும் இழந்து வருகிறது.

அதேபோன்று தமிழ் நாட்டில் தந்தை பெரியார், கடவுள் இல்லை. இல்லவே இல்லை- சாதி, பேதங்களை ஒழிப்போம். மதங்கள் ஒழிக்கப்பட வேண்டும் - சுயமரியாதை, பகுத்தறிவு, ஆசிரியர், திராவிடர் என்று பேசிப் பேசி என்ன நடந்திருக்கிறது.

பொற்கோயில்களில், பொற்சிலைகள் வடிக்கப்படுகின்றன.

திருப்பதி, திருச்செந்தூர், அய்யப்பன், பழனி, மீனாட்சி, சமயநல்லூர், சனீஸ்வரன் - என்பது போதாதென்று, மேல்மருவத்தூர் ஆதிபராசக்தி, சாய்பாபாக்கள், மந்திரவாதிகள், சோதிடர்கள்- என்பன வளர்ந்த வண்ணம் உள்ளது.

முன்னைவிட கோயில்களுக்கு வந்து தொழும் பக்தர்களின் எண்ணிக்கை அதிகரித்துள்ளது. கொட்டும் காணிக்கையும் கூடியுள்ளது.

வெட்டும் முடி ஏல விலையும் கூடியதோடு, லட்டு, பிரசாத விலைகளும் கூடியுள்ளன.

அது மட்டுமா? முற்றும் துறந்தவர்கள், முனிபுங்கவர்கள், பிறவிப் பெருங்கடல் நீந்த மண்ணையும், பெண்ணையும், பொன்னையும் தீண்டேன் எனத் தள்ளியோர், சொந்த விமானம் வைத்துள்ளனர்- விமான நிலையம் அமைத்துள்ளனர்- பல பொருள் வணிகம் செய் கின்றனர்- மருத்துவ, விஞ்ஞானபாடக் கல்வி நிறுவனங்கள் நடத்து கின்றனர்.

நாடாளும் மந்திரி, தந்திரிகளும், பணக்கார பக்தர்களும், இவர்கள் கால்களில் விழுந்து தொழுகிறார்கள்- பெரிய இடத்துத் தாய்மார், சடைமுடி தாங்கிய யோகிகளின் கால்களைக் கழுவி பூசை செய்கிறார்கள்-

பாவம், பெரியாரிடம் என்னவாயிற்று பார்த்தீர்களா? எனக் கேட்டு விட்டு வில்லாதி வில்லனாகச் சிரிப்பதைக் கண்டுள்ளேன்.

இவற்றைக் கேட்ட பிறகும், பெரியார் எனும் அம்மாமனிதர், இந்தக் கூட்டத்தைக் கண்டு அஞ்சவோ, கேட்டு மிரளவோ அல்லாது, நடந்துகொண்டே இருக்கிறார்.

அவர் உயிருடன் வாழ்ந்த காலம் முழுவதிலும், அவரைப் பலரும் சந்தித்து மடக்கிக் கேள்வி கேட்டு, அவரைப் பதில்கூற முடியாது தடுக்க முயன்று பார்த்தனர். ஆனால், கேள்விகளைக் கேட்கத் தூண்டியே, பதில் கூறும் வகையில், பாடமே கற்பித்து வந்த பேராசான்தான் பெரியார். அவரது மறைவுக்குப் பின், அவரது குரல் கேட்பது இல்லை. ஆனால், அவருக்குப் பதிலாக விஞ்ஞானிகள் அவர் கூறிய அரிய கருத்துக்களை நிறுவிக் காட்டி வருகின்றனர்.

விஞ்ஞானம் மனிதனை வளர்க்கும் பாதை ஆகும். அதை ஏற்றுக்கொள்பவர்களை, விஞ்ஞானம் வளரும்போது அவர்களையும் வளர்க்கும். அதை ஏற்காவிட்டால், விஞ்ஞானம் அத்தகையோரை ஒதுக்கி உதறித் தள்ளிவிட்டு, முன்னேறிச் செல்லும்.

எதிர்த்து நிற்போரை, விஞ்ஞானம் மிதித்து நசுக்கி விட்டு, அது தன் வழியே செல்லும்... ஏனெனில், விஞ்ஞானம் அறிவை அடிப்படை யாகக் கொண்டது.

அந்த விஞ்ஞானத்தைத் தன் அறிவுக்கான கைத்தடியாகப் பிடித்தவர் பெரியார்...

எனவே, கும்பமேளா கூட்டத்தைப் பார்த்து, பெரியார் தோற்று விட்டார், எனும் சிந்திக்க மறுக்கும் சிறியரை மன்னிப்பதே நமக்கு வேலை ஆகிவிட்டது.

உலக அளவில் விஞ்ஞானிகளின் எண்ணிக்கை எப்பொழுதுமே மிகச் சிறியதாகத்தான் இருக்கும்- எழுத்தறிவு பெறவே வாய்ப்பில்லாத மக்களின் எண்ணிக்கை அதிகமாகத்தான் இருக்கும். ஆனால், இந்த எண்ணிக்கைப் பெரும்பான்மையுடைய பெருவாரி மக்களின் விருப்பப் படி அல்லாது, சில விஞ்ஞானிகள் கண்டறிந்த கண்டுபிடிப்புகள்தான் மனித வாழ்க்கையை மாற்றியமைத்து வருகின்றன.

பாதகம் செய்பவரைக் கண்டால்

பலமொழிகள் பயின்று, பெரும்புலமையோடும் அளவற்ற துணிச்சல்காரராகவும் திகழ்ந்த வ.வே.சு. அய்யர், முழுக்க முழுக்க உயர்ஜாதி அகம்பாவம் கொண்டவராகவே இருந்து வந்தார். அவர் காங்கிரஸ் கட்சியின் சார்பில் நெல்லை மாவட்டம் சேரன்மாதேவியில் ஒரு தேசிய பள்ளிக் கூடத்தை நிறுவி நடத்தியபோது, அதன் பொறுப்பாளராகவும், கற்பிக்கும் பேராசிரியராகவும் விளங்கினார்.

ஆனால் அங்குச் சேர்ந்த மாணவர்களில், பிராமணர் குடும்பத்தி லிருந்து வந்த பிள்ளைகளுக்கு தனி இடம், தனி உணவு, குளிக்கிற இடத்தில்கூட முன்னுரிமை என்று பாகுபாட்டை கடைப்பிடித்து வந்தார். அப்போது அன்றைய காங்கிரஸ் கட்சியின் மிக முக்கிய தலைவராக இருந்த ஈ.வெ. ராமசாமி பெரியார் அப்பள்ளிக்கூடத்தை நடத்த கட்சியின் சார்பில் 10 ஆயிரம் ரூபாய் நன்கொடை வழங்கினார். தமிழ்நாடு முழுமையிலும் நிதி வசூல் செய்து 30 ஆயிரம் ரூபாயும் கொடுத்தார். அவர் அந்தக் குருகுலத்தைப் பார்வையிட ஒருநாள் சென்றிருந்தபோது பார்ப்பன மாணவர்கள் உயர்வகை உணவு சாப்பிடுவதையும், சுத்தமான இடத்தில் பாய் விரித்து உட்கார்ந்திருந்த தையும், இதர ஜாதி மாணவர்கள் அனைவரும், சாதாரண அலுமினியத் தட்டில் கூழ் குடிப்பதையும் பார்த்தபோது வெகுண்டவர்தான் ஈ.வெ. ராமசாமி.

இதைக்கண்ட பெரியார் நேருக்குநேர் அதைக் கண்டித்தபோது இந்தப் பாகுபாடுகள் கடவுளால் தீர்மானிக்கப்பட்டது என்றும், சாத்திரங்களால் உறுதி செய்யப்பட்டிருக்கிறது என்றும், அதை மாற்ற மனிதர்களுக்கு உரிமையோ தகுதியோ இல்லை என்றும், வ.வே.சு அய்யர் வாதிட்டதைக் கேட்ட பெரியார், இந்த ஏற்றத்தாழ்வுகளை அகற்றி எல்லோரையும் அடிமைத்தளையிலிருந்து விடுவித்துச் சகலரையும் சகோதரர்களாக நடத்த வேண்டும் என்ற நோக்கத்துடன் தொடங்கிய நாமே, இப்படி வேறுபாடு காட்டினால் சுதந்திரம் பெற்ற பிறகும் இதுதானே நீடிக்கும். எனவே இந்த அடிமைத்தனத்திலிருந்து எப்போது விடுதலை கிடைக்கும் என்று வாதிட்ட பெரியார், நிதி உதவியை தொடர்ந்து செய்ய இயலாது என்று கூறி நிறுத்திவிட்டார். நிதி உதவியைத் தொடரவேண்டும் எனப் பலரும் பரிந்துரை செய்தபோது

“இல்லை, நிதியை அவர் கடவுளிடமிருந்து பெற்றுக்கொள்வார், சாத்திரங்களே சோறு போடும். நாம் மனிதர்கள், நாம் நம் வேலையைப் பார்ப்போம்” என்றாராம் பெரியார்.

இந்த உறுத்தல்தான் சனாதனக் குடும்பத்தில் பிறந்த பெரியாரை பகுத்தறிவுப் பாதைக்குக் கொண்டு வரக் காரணமாயிற்று என்று அவரே எழுதியும் உள்ளார்.

சேரன்மாதேவியில் நடத்தப்பட்டு வந்த தேசியப் பள்ளியான குருகுலத்திலேயே சாதிப்பாகுபாடு காட்டப்படுவதை, பெரியார் மட்டும்தான் பார்த்தாரா? பல பெரியோர்கள் கண்ணில் அது ஏன் தென்படவில்லை. கண்களை உறுத்தவில்லை. போராளியின் கண்ணில் தான் மக்கள் படும் துன்பத்துக்கான காரணம் தெரியும் - அதுதான் அந்த மனிதரை பெரியார் ஆக்கியது.

நான் பல்கலைக் கழகத்தில் படிக்கவில்லை. வாழ்க்கையிலிருந்து தான் பாடங்களைக் கற்கிறேன். நல்லது கெட்டதைத் தீர்மானிக்க முடியாத மனிதன் வளரவே முடியாது. யாராவது சொன்னார்கள் என்பதற்காக அல்லது காலங்காலமாக நம்பப்படுகிறது என்பதற்காக ஒன்றை நம்புவதும், கடைப்பிடிப்பதும் ஏற்கத்தக்கது அல்ல என்று இளமைக் காலத்திலேயே வாதாடியிருக்கிறார்.

எனவே, இந்தியாவின் நீண்ட நெடிய சுதந்திரப் போராட்ட காலத்தில், ஆங்கிலேய ஏகாதிபத்தியத்தின் ஆட்சியை அகற்ற வேண்டும் என்பதில்தான் பெரும்பான்மை ஒன்றுபட்டிருக்கிறது.

இந்திய நாடு சுதந்திரம் பெற்றபின், சகலருக்கும் சமத்துவ வாழ்வுரிமை வாய்ப்புக்களை வழங்க என்ன செய்யவேண்டும் என்ற கேள்வியை ஒரு சிறு பிரிவினர் மட்டுமே எழுப்பினர்.

இந்தியா சுதந்திரம் பெற்ற பின் மன்னர்கள், ஜமீன்தார்கள், சிற்றரசர்கள், ஜாகிர்கள் தொடர்ந்து நீடிப்பார்களா என்ற கேள்வியையும் ஒரு பிரிவினர் மட்டுமே எழுப்பினர்.

அதேபோல் ஆலை அதிபர்கள், பெரும் வணிகர்கள், முதலாளிகள் வளம் பெறவே சுதந்திர இந்தியா இடங் கொடுக்குமா அல்லது இந்தியாவின் இயற்கை வளங்களைப் பயன்படுத்தி, எல்லா மக்களுக்கும் வாழ்வதற்குரிய வாய்ப்பைத் தருமா என்ற நோக்கிலேதான் சமதர்ம லட்சியமும் ஒரு பிரிவினரால் வலியுறுத்தப்பட்டது.

இந்தியாவை அடிக்கடி பஞ்சமும் நோயும் வறுமையும் கோடானு கோடி பேரை கொன்று அழித்திருப்பதைக் கண்டிருக்கிறோம். இதற்கு

முடிவு கட்டியாக வேண்டும் எனவே 'ஏழையென்றும் அடிமையென்றும் எவனுமில்லை ஜாதியில்' என்ற முழக்கம் எழுந்தது. உழுபவனுக்கே நிலம் என்ற குரல் ஓங்கி ஒலித்தது.

எனவே முற்போக்கான ஒரு இந்தியாவையும், கனவு கண்ட ஒரு பகுதியும், பழைய பழக்கவழக்கங்களுக்குள்ளும், ஜாதிப் பிரிவுகளாலும் மூட, மூட நிர்மூட நம்பிக்கைகளாலும் கட்டுண்டு கிடக்கும் சமுதாய அமைப்பை நாம் ஒன்றும் செய்யக்கூடாது. அது காலங்காலமாக இருந்து வருவதால், அரசியல்வாதிகள் அவற்றில் தலையிடக்கூடாது என்ற போதனைகள் நீடித்தன.

தாழ்த்தப்பட்ட மக்கள், ஒடுக்கப்பட்ட மக்கள் ஒதுக்கப்பட்ட மக்கள் கொடுமைக்கு ஆளாக்கப்பட்ட பெண்கள், ஆகியோருக்காக இரக்கப்பட்டு, கருணை உள்ளத்தோடு அனுதாபம் காட்டியவர்கள் பலர். சில சீர்திருத்தங்களைச் செய்ய வேண்டும் என முயன்றோரும் சிலர்.

உதாரணமாக, உடன்கட்டை ஏறுவதைத் தடைசெய்ய வேண்டுமென்பதிலும், குழந்தைப் பருவத்தில் திருமணம் செய்வதைத் தடுப்பதிலும் ராஜாராம் மோகன்ராய் பெரும் விழிப்பை ஏற்படுத்தினார்.

ஆனால் மத நம்பிக்கைகளுக்கான மூல காரணத்தை அவர் விஞ்ஞானக்கண் கொண்டு மதிப்பிட முன்வரவில்லை. காந்தியடிகள் போன்றோரும், ஒதுக்கப்பட்டோருக்காக அனுதாபப்பட்டனர். தூய்மை உள்ளத்தோடு பாடுபட்டனர் என்பதை மறுக்கவில்லை.

ஆனால், இத்தகைய ஆயிரக்கணக்கான ஆண்டுகளாக நீடிக்கும் சமுதாயக் கொடுமைகளுக்கு எது மூல காரணமோ, அதை எந்த வடிவத்தில், எந்த ஜாதி, எப்போது பயன்படுத்தத் தொடங்கியது என்பது பற்றியோ காந்தியடிகளும் அவரைப் போன்றோரும் மதிப்பிடத் தயாராக இல்லை.

தாழ்த்தப்பட்டோருக்கு அனுதாபம் காட்டும் ஒருவருக்கு அவர்கள் பல நூறு ஆண்டுகளாக ஒடுக்கப்பட்டிருப்பதற்கு யார் காரணமோ அவர்களை அடையாளம் காட்டியிருக்க வேண்டும். கொடுமைக்கு ஆளானோருக்கு அனுதாபம் காட்டியவர் கொடுமைப் படுத்திய அந்த கொடிய சக்தி எது என்பதையும் அடையாளம் காட்டியிருக்க வேண்டும்.

அங்கேதான் அவருடைய பணியில் முற்றுப்பெறாத ஒரு இடைவெளி, பழைய சாத்திரக் கும்பலுக்கு சவுகரியமான ஒரு பாதையை திறந்து வைத்து விட்டது.

எந்தச் சக்தி கோடானுகோடி மக்களைச் சந்ததி சந்ததியாகச் சாத்திர சம்பிரதாய சூத்திரங்களால் சூழ்ச்சிகளால் அடிமைப்படுத்தியதோ அதை அடையாளம் காட்டி, அதை முறியடிக்க வேண்டிய போராட்டத்தின் அவசியத்தைப் பெரியார் உணர்ந்த அளவுக்கு தேசிய, பொதுவுடைமை இயக்கத்தார் உணரவில்லை.

இந்தியா சுதந்திரம் பெற்றுவிட்டால், இந்த நாட்டைப் பிடித்து பாழ்படுத்திக் கொண்டிருக்கும், சாதி, மத ஏற்றத்தாழ்வுகள், கொடுமை களை அகற்ற வழி பிறக்கும் என்று நம்பினர்-

பொதுவுடைமைச் சிந்தனையாளர்கள், சமதர்மத்துக்கான புரட்சி வெற்றி பெற்று, சுரண்டல் முறையை ஒழிக்கக்கூடிய ஆட்சி அமைந்து தொழில் வளர்ச்சியும் ஏற்படுகிற போது, சாதி, மத நம்பிக்கைகள், கட்டுகள் தானாகவே அகலத் தொடங்கிவிடும் எனவும் நம்பினார்கள்-

மேற்கூறிய இரு பிரிவினரும் நல்ல நோக்குடன், தவறான நம்பிக்கையின் அடிப்படையில், சாத்திரக் குப்பைக்குள் சிக்கி மாட்டிக் கொண்டிருக்கும் இந்திய சமுதாய அமைப்பை, நல்ல லட்சிய உள்ளம் இருந்தும் தவறாக மதிப்பிட்டு விட்டார்கள்.

இதன் விளைவாகத்தான் இந்தியாவில் அண்மைக் காலத்தில் வகுப்புவாத வலதுசாரி மதவாத இயக்கத்தார், கார்ப்பரேட் மூலதன-நன்கொடை உதவியுடன், உலக முதலாளித்துவத்துடன் உறவு கொண்டு, இந்தியாவில் இந்துத்வா ஆட்சியமைப்பை உண்டாக்க முயன்று, முன்னேற்றம் கண்டுள்ளது.

முற்போக்காளர்கள் பிளவுபட்டு நிற்பதும்,

மதச்சார்பற்ற ஜனநாயக சக்திகளும் உள்- மாறுபாட்டை, முதன்மைப்படுத்தி மோதுவதால், பொது எதிர்சக்தியை எதிர்க்கும், சக்தியும் பிளவுபடுவதால்,

தடுக்கக்கூடிய சக்தி, பலம் இருந்தும், முற்போக்கு இயக்கம் தடுமாறி நிற்கிறது.

தொழிலாளர்கள் புரட்சிகர தத்துவத்தை தமதாக்கிக் கொண்டு, தங்களையும், பிற பகுதி உழைக்கும் மக்களையும், விடுவிக்க வேண்டிய தொழிலாளி வர்க்கமே, சாதி, மத, அடிப்படையில் தொழிற்சங்கங்களை அமைத்து, புரட்சிகர முயற்சிக்கு பின்னடைவை, தொழிலாளர்கள் ஏற்படுத்தியுள்ளதைக் காண்கிறோம்- உதாரணமாக பா.ஜ.க. இயக்க ஆதரவு பி.எம்.எஸ். தொழிற்சங்க அமைப்பு, மிக அதிகமான தொழிலாளர் களை அங்கத்தினர்களாகக் கொண்டுள்ளது கண்கூடு!

இதை எதிர்த்து நிற்க வேண்டிய பொதுவுடைமையரும், சில பிரிவு களாகப் பிளவுண்டு இயங்கி வருகின்றனர்.

திராவிட இயக்கம் - ஆட்சி அதிகாரத்தின் மூலம் - நலத்திட்டங்கள் வழியாக, நல்வழிப்படுத்திவிடலாம் என நம்புகின்றன.

அம்பேத்கர் பெயரில், அவரது படம் போட்டு, சிலை வைத்து, நடத்தப்படும் கட்சிகளும், தொழிற்சங்கங்களும், இட ஒதுக்கீட்டால் கிடைத்துள்ள வேலை வாய்ப்பு, பதவி உயர்வு சலுகைகளைப் பெறுவதில் முழு கவனம் செலுத்துவதோடு நில்லாது, தம்மிலும் தாழ்த்தப் பட்டோராக உள்ள நலிந்த பிரிவினர்க்கு உதவிட முயற்சிப்பது இல்லை என்பதோடு, எங்களுக்குக் கிடைத்துள்ள விகிதத்தில் பங்கு கேட்காதீர் என்று வாதிடுகிற சிந்தனையும் இருப்பதைக் கண்டோம்.

- அரசியல் தலைவர்களில், பல பொருள்கள் குறித்து விரிவாக எழுதி இருப்பவர் அம்பேத்கர். அவர் ஒரு அறிவுச் சுரங்கம். ஞானப் பேராறு. அவர் எழுதிய படைப்புகள் எல்லா மொழிகளிலும் மொழி பெயர்க்கப்பட்டுள்ளன. தொழிலாளி வர்க்கம், உரிமைகளுக்காக மனுப்போட்டு மன்றாடும் மன்றங்களாக இருப்பதில் பயனில்லை.

ஆட்சி அதிகாரத்தைப் பெற ஒன்றுபடுங்கள் என்று எழுதியுள்ளார். ஆனால், மிகப் பெரும்பான்மையோர், சிலை வைத்து மாலை அணிவித்துத் துதித்து, ஆயிரத்தோடு ஆயிரத்தோறாவது சாமியாக ஆக்கியிருப்பது போலத் தெரிகிறது. அவர்களுள் படித்துப் பட்டம் பெற்று, சமுதாயப் பிரமுகர் நிலைக்கு உயர்ந்து விட்டோர், தாங்கள் பிறந்த சமூகம், கிராமத்தைப் போய்ப்பார்ப்பது அரிதாகி வருகிறது. உதவுவது அரிதினும் அரிதாகி விட்டது.

நிலமற்ற, வீடற்ற, வசதி ஏதும் அற்ற தலித், அதே சகதியில் இன்றும் உழல்வதைக் காண்பதும் இல்லை. கிடைத்துள்ள அதிகாரத்தை அவர்களது விடுதலைக்காகப் பயன்படுத்தவும் காணோம்.

சாதிகளை ஒழிக்கப் போராடிய அம்பேத்கரின் பெயரையும், புகழையும், சிலர், தனித்தனிக் கட்சி நடத்த, தங்களது அரசியல் நடமாட்டத்துக்குப் பயன்படுத்துகின்றனர்.

இத்தகையோர்தான் பொதுவுடைமை இயக்கத்தையும், பெரியார் இயக்கத்தையும், தேடிப் பிடித்துக் குறை கூற முயற்சிப்பதில் தங்கள் சக்தியை வீணடிக்கின்றனர்.

பொதுவுடைமையரின் இயக்கம், கூலி உயர்வு, நில உரிமை பெறப் போராடியதோடு நிற்கவில்லை.

திராவிட இயக்கத்தின் வழி வந்த திமுக, ஆட்சிக்கு வந்து, கலைஞர் முதல்வராக இருந்த போதுதான், காவிரி பாயும் படுகை நிலப்பகுதி களில், காலங்காலமாக, கொத்தடிமைகளாக உழைத்த விவசாயத் தொழிலாளிகள், சொந்தக்குடிசை கூட இல்லாது வாழ்ந்து வந்த முகவரி இல்லாத நிலையை மாற்றிட, அவர்கள் சில ஆண்டுகளாக குடிசை போட்டு வாழ்ந்து வந்த இடங்களை, மனைகளை, அவர்கட்கே சொந்தம் ஆக்கி பட்டா வழங்கி, முகவரி தந்தது- தி.மு.க. தான். அதாவது திராவிட இயக்கம் தான் செய்தது.

இதை மறந்து மறைத்து பெரியார், தலித்துக்களுக்கு நன்மை செய்யாது, பிற ஆதிக்கச் சாதியினர்க்குத்தான் உதவினார் என்பது சரியாகுமா?

அதே போன்று, காவிரி பாயும் மண்பரப்பில் வருணிக்க முடியாத கொடும் சாணிப்பால், சவுக்கடி, கற்பழிப்பு, கொலை உட்பட, அத்தனை அநியாயங்களையும் தாங்கி, சமாளித்து வந்த அப்பாவி மக்களை விடுவிக்க, நேரடியாக வயல் வரப்பில் நடந்து, மக்களைத் திரட்டி, முரட்டு நிலப்பிரபுக்களை சந்தித்தவர் பி. சீனிவாசராவ்.

முரண்பாடு முற்றி, தஞ்சைத் தரணி போர்க்களமான போது, உயிரைப் பணயம் வைத்துப் போர்க்களம் கண்டவர் தோழர். மணலி கந்தசாமி. மக்களின் நம்பிக்கையை வளர்த்தார். போராடக் கற்றுத் தந்து, தலைக்கு விலை வைத்த போதும் நிலை குலையாது நின்று போராடியவர். அதனால், தலித் மக்களிடையே பிறந்த போராளி களப்பால் குப்பு, நிலப்பிரபுவுடன் நேர் எதிரில் சமமாக அமர்ந்து வரலாற்றில் இடம் பெற்றுவிட்ட, சாணிப்பால், சவுக்கடி போடும் முறையை நிலப்பிரபுக்கள் கைவிட ஒப்ப வைத்தார். இது சட்டத்தால் கிடைத்த சலுகை அல்ல. போராட்டத்தால், ரத்தம் சிந்திப் பெற்ற உரிமை.

பின்னர் நில உச்சவரம்பு மிச்ச நிலத்தை எடுத்தல்- நிலம் இல்லாதோருக்கு நிலப் பங்கீடு- தேர்தல்களில் பங்கு. ஊராட்சிகளில் பொறுப்பு - சட்ட, நாடாளுமன்றங்களுக்குத் தேர்வு என வளர்ந்து, உயர்ந்து முன்னேற்றப் பாதையில் தலித் மக்கள் நடப்பதைக் காணலாம்.

தலித்துகள் அரசு நிர்வாகத்தில், கல்வித்துறையில், நீதிமன்றத்திலும் கூட உயர் பதவி பெற்றுள்ளனர். பழையநிலை மாறி வருகிறது. அதில் தமிழ்நாட்டில், குறிப்பாகத் தஞ்சைத் தரணியில் தலித் மக்கள், பெண்கள், தற்காலத்தில் "நேர் கொண்ட பார்வை, நிமிர்ந்த நன்னடை, பூமியில் எவர்க்கும் அஞ்சாத ஞானச் செருக்கு" எனப் புதுமைப் பெண் களாக வாழ்வதைக் காணலாம்.

அங்குதான் தலித் மக்கள் தாழ்வு மனப்பான்மையைக் களைந்து எறிந்து விட்டு (Inferiority Complex) மனிதர்களாக இயங்கும் நிலை ஏற்பட்டுள்ளது.

இத்தகைய சமுதாய மாற்றத்தைப் பொதுவுடைமை இயக்கமும், திராவிட இயக்கமும் செய்துள்ளன என்பதை ஏற்பதோடு, அதை நாடு முழுமைக்கும் செய்துமுடிக்க முன்வர வேண்டும்.

வகுப்புவாத நாச சக்திகள் நாட்டைக் கைப்பற்றியுள்ள நிலையில் நாட்டை விடுவித்து முன்னேற்றப் பாதையில் கொண்டு செல்ல, அனைத்து முற்போக்காளர்களும் ஒன்றுபட்டு இயங்க, வரலாறு ஆணையிட்டுள்ளது. இதை நூறு ஆண்டுகட்கு முன்னரே எடுத்துக் கூறிய பெரியாரைப் புரிந்து பணியாற்றுவோம்.

●●●